புறநானூற்றுச் சிறுகதைகள்

நா. பார்த்தசாரதி

முன்னுரை

புறநானூற்றிலுள்ள ஒரு சம்பவத்தைச் சித்திரிக்கும் பாங்கிலமைந்த பாடல்களை எளியநடையில் கதை சொல்வது போன்று விளக்கும் முயற்சியே இந்தப் புத்தகம்.

இவை புறநானூற்றுச் சிறுகதைகள் என்ற தொடராகச் சுதேசமித்திரன் வார மலரில் முன்பு நான் எழுதியவை. மாணவர்களுக்கோ சின்னஞ்சிறுவர்க்கோ, நேரே புறநானூற்றுப் புத்தகத்தைக் கையிலெடுத்துப் பாடல்களையும், பதவுரையையும் படித்தால்கூட இவற்றில் இவ்வளவு சுவையான சம்பவமோ, கதையோ, நிகழ்ச்சியோ அமைந்திருப்பது புரிந்துவிடாது.ஆனால் இந்நூலில் பாடல்களுக்கு முன்பாக இங்கு விவரிக்கப் பட்டிருப்பதுபோல, விவரிக்கப்பட்ட விளக்கத்தைப் படித்தால் புறநானூற்றுப் பாடலிலுள்ள சுவை புலப்படும். இவற்றில் நான் விளக்க எடுத்துக் கொண்டவை போன்ற தேர்ந்தெடுத்த சிலவற்றை விளக்கும் மாணவர்களுக்கான துணைப்பாடநூல் ஒன்றை முன்பு நானே எழுதினேன். மாணவர்களிடையே அதற்கு நல்ல வரவேற்பு இருந்தது. பல பதிப்புக்கள் துணைப்பாடமாக அந்நூல் இருந்தது.

மாணவர்களுக்கு மட்டுமல்லாமல் மற்றையவர்களுக்கும் பயன்படுகிற விதத்தில் சுமார் நாற்பதுக்கு மேற்பட்ட புறநானூற்றுப் பாடல்களுக்கு இங்குக் கதை வடிவ விளக்கம் தரப்பட்டிருக்கிறது. புறநானூற்றின் பிறபகுதிகளையும் படிக்க வேண்டும் என்ற ஆர்வத்தை இந்த நாற்பதுக்கு மேற்பட்ட பாடல்களின் விளக்கம் துண்டுமானால் இந்நூலாசிரியரின் நோக்கம் நிறைவேறினாற்போலத்தான்.

சரியான முறையிலும் எளிமையான விதத்திலும் மக்களுக்கு வழங்கப்பட்டால் சங்க இலக்கியப் பாடல்களைப் பற்றிய

பயம் அறவே நீங்கிவிடும். ஒன்றைப் பற்றிய தயக்கத்தையும் பயத்தையும் நீக்குவதற்குப் பல வழிகள் உள்ளன. அவற்றில் மிகச் சிறந்தது எளிமைப்படுத்தி எல்லாரையும் இரசிக்கச் செய்வது. எளிமைப் படுத்தி எல்லாரையும் இரசிக்கப் பழக்கப்படுத்தி விட்டுவிட்டால் தொன்னூலுக்கு அஞ்சித் தடுமாறும் நிலைமை மெல்ல மெல்ல மறைந்துவிடும். இரசிகத் தன்மைப் பயிற்சியைப் போல் பயத்தையும் தயக்கத்தையும் போக்க வேறெதனாலும் முடியாது.

இரசிகத் தன்மையை வளர்க்கும் முயற்சிகளில் இந்த நூலும் ஒன்று என்று பெருமிதத்தோடு கூறிக் கொள்கிறேன்.

இதை இப்போது தமிழ்ப் புத்தகாலயத்தார் நூலாகக் கொண்டு வருகிறார்கள். நன்றி, வணக்கம்.

தீபம்

14-4-1978   **நா. பார்த்தசாரதி**

உள்ளடக்கம்

1. ஒரு சொல்

உறையூரில் சோழன் நலங்கிள்ளியின் அரண்மனை. ஒருநாள் மாலைப் பொழுது நலங்கிள்ளியின் தம்பியாகிய மாவளத்தானும் தாமப்பல் கண்ணனார் என்ற புலவரும் பொழுது போகச் சொக்கட்டான் விளையாடிக் கொண்டிருந்தார்கள்.

தாமப்பல் கண்ணனாருக்குச் சொக்கட்டான் விளையாட்டில் அதிகமான பழக்கமோ திறமையோ கிடையாது. ஆனால், அவரோடு விளையாடிக் கொண்டிருந்த மாவளத்தானுக்கோ அடிக்கடி அந்த விளையாட்டை விளையாடி விளையாடி நல்ல பழக்கமும் திறமையும் ஏற்பட்டிருந்தன. சாதாரணமாக இம்மாதிரித் திறமையால் ஏற்றத் தாழ்வு உடையவர்கள் எதிர் எதிரே உட்கார்ந்து விளையாடும் விளையாட்டுக்கள் தொடக்கத்திலேயே தகராறுகள் பெருகி முறிந்து போய்விடுவது வழக்கம்!

ஆனால் இங்கே மாவளத்தானுக்கும், தாமப்பல் கண்ணனாருக்கும் இடையே ஒருவருக்கொருவர் விட்டுக் கொடுக்கும் பண்பும், நட்பும், அன்பும் இருந்ததனால் விளையாட்டை முக்கியமாகக் கருதி அதிலேயே அழுந்தி வெறி கொண்டு விடாமல், ஏதோ பொழுது போக்காக ஆடிக் கொண்டிருந்தார்கள். வேறொருவர் இந்த விளையாட்டுக்கு அழைத்திருப்பாரானால் கற்றறிந்த பேரறிஞராகிய தாமப்பல் கண்ணனார் இதை ஒரு பொருட்டாக மதித்து விளையாட உட்காருவதற்கே உடன்பட்டிருக்க மாட்டார். சோழன் தம்பியும், தன் அன்புக்குரியவனுமாகிய மாவளத்தானே விளையாடுவதற்கு அழைத்ததனால், 'மறுத்தால் அவன் மனம் புண்படுமே' - என்பதற்காகத்தான் அவர் விளையாடுவதற்கு முற்பட்டிருந்தார்.

சொக்கட்டான் விளையாட்டு நடந்துகொண்டிருந்தது. நேரம் ஆக ஆகப் பொழுது போக்குக்காக விளையாட்டு என்ற நிலை மாறி, விளையாட்டுக்காகப் பொழுது போக்கு என்ற அளவிற்கு இருவருக்குமே ஆட்டத்தில் அக்கறையோடு சுறுசுறுப்பும்

ஏற்பட்டுவிட்டது. இரு சாராருடைய சொக் கட்டான் காய்களும் வேகமாக இடம் மாறலாயின. ஆட்டம் சுவையம்சத்தின் எல்லையிலே போய் நின்றது. இரண்டு பேரும் சுற்றுப்புறத்தை மறந்து, நேரத்தை மறந்து, - அவ்வளவேன்? - தங்களையே மறந்து விளையாட்டில் இலயித்துப் போய் இருந்தார்கள்.

தொடக்கத்தில் இருந்த அசுவாரஸ்யம் நீங்கி, 'என் வெற்றி, என் தோல்வி'- என்று இருவரும் தத்தம் வெற்றி தோல்விகளை உணர்ந்து கவனத்தோடு விளையாடத் தொடங்கியிருந்தார்கள். இப்போது, புலவருக்காக மாவளத்தானோ, மாவளத்தானுக்காகப் புலவரோ விட்டுக்கொடுக்க விரும்பாத அளவு இருவரும் தமக்காக வென்றே விளையாடினார்கள்.

எவ்வளவுதான் உணர்ந்து விளையாடினாலும் தாமப்பல் கண்ணனார் அந்த விளையாட்டிற்குப் புதியவர்தாமே? ஆகையால், மாவளத்தானுடைய கையே ஓங்கியிருந்தது. ஆட்டந் தவறாமல் புலவருடைய காய்களை ஒவ்வொன்றாக வெட்டி வென்று வந்தான் மாவளத்தான். புலவர் தாமப்பல் கண்ணனார் எவ்வளவோ முயன்று பார்த்தும் ஓர் ஆட்டத்தில்கூட அவரால் மாவளத்தானை வெல்ல முடியவில்லை.சொல்லி வைத்தாற்போல் ஆட்டத்திற்கு ஆட்டம் அவருடைய தோல்வியும், மாவளத்தானுடைய வெற்றியுமே முடிவான நிகழ்ச்சியாக இருந்தது. தொடர்ந்து வெற்றி மாவளத்தானை மேலும் மேலும் வெற்றி கொள்ளச் செய்திருந்தது. தாமப்பல் கண்ணனார் தோல்வி ஏக்கத்தில் வீழ்ந்து தவித்துக் கொண்டிருந்தார்.

சந்தர்ப்பம் மனிதர்களைக் கெட்டவர்களாக்கி விடுகிறது என்பது பொய்யன்று. எப்படியாவது ஒரு தடவையேனும் மாவளத்தானை வென்றுவிடவேண்டும் என்ற ஆசையால் புலவர் நேர்மையற்ற முடிவு ஒன்றைத் தமக்குள் செய்துகொண்டார்.அந்த முடிவின் விளைவு என்ன ஆகும் என்பதை அப்போது அவர் உணர்ந்து கொள்ளவில்லை. சூதாட்டத்தில் தாம் வெற்றிபெற மறைமுகமான குறுக்கு வழி ஒன்று அவருக்குத் தெரிந்துவிட்டது.

ஆம்! மாவளத்தானுக்கு வெற்றியைத் தரும் காய்களில் ஒன்றைத் தன் மேலாடையில் அவனறியாமல் எடுத்து மறைத்துக் கொண்டு விட்டார். திடீரென்று அவர் இப்படித்திருட்டுத்தனம் செய்ததைச் சிறிது நேரத்தில் மாவளத்தான் கண்டுவிட்டான்.

அந்த ஒரு கணத்தில் அவனுக்கு ஏற்பட்ட அளவிட முடியாத ஆத்திரத்தினால் தன் எதிரே உட்கார்ந்து விளையாடுபவர் தன்னுடைய மதிப்பிற்குரிய புலவர் என்பதையே மறந்துவிட்டான். கோப மிகுதியினால் என்ன செய்கிறோமென்று புரியாமல் தன் கையிலிருந்த மற்றோர் காயால் புலவர் மண்டையைக் குறிவைத்து எறிந்துவிட்டான் அவன். சூதுக்காய் புலவர் மண்டையில், நெற்றியின் மேல் விளிம்பில் ஆழமாகத் தாக்கி இரத்தம் கசிந்துவிட்டது.

அவன் இப்படிச் செய்வான் என்று அவர் எதிர்பார்க்கவே இல்லை. தாம் செய்தது குற்றமாயினும், அவன் செய்த வன்செயல் அவருக்கு ஆத்திரத்தை உண்டாக்கிவிட்டது. குருதி கசியும் நெற்றியை வலதுகையால் அமுக்கிக்கொண்டே, "நீசோழனுக்குப் பிறந்த மகன்தானா?" என்று அவனை நோக்கி இடி முழக்கம் போன்ற குரலில் கேட்டார். அவருடைய இந்த ஒரு சொல்லின் பொருள், சோழன் தம்பி அவர்மேல் எறிந்த சொக்கட்டான் காயைவிட வன்மையாக அவனை வருத்தக்கூடியது.

அரச மரபிலே பிறந்த வேறொருவனைப் பார்த்துப் புலவர் இதே கேள்வியைக் கேட்டிருந்தாரேயானால் அவர் தலை அந்தக் கணமே தரையில் உருண்டிருக்கும்! ஆனால் மாவளத்தான் அவருடைய அநாகரிகமான, பண்பில்லாத இந்த வினாவைக் கேட்டும் சீறி எழாமல், நாணித் தலைகுனிந்து வீற்றிருந்தான். காரணம்...? ஆத்திரத்தால் தான் செய்துவிட்ட காரியம் புலவரின் கேள்வியைவிட அநாகரிகமானது என்பதை, அவர் மேல் சொக்கட்டான் காயை விட்டெறிந்த மறுகணமே அவன் தானாகவே உணர்ந்து கொண்டான். அவன் நாணி வீற்றிருந்ததும் தன் பிழைக்காகவே ஆகும். "அடே! நீ குலத்தில் பிறந்தவன் தானே?"

என்று அவ்வளவு கடிய முறையில் கேட்டும்கூட மாவளத்தான்
பதில் பேசாமல் நாணித் தலைகுனிந்து வீற்றிருந்தது புலவர்
தாமப்பல் கண்ணனாருக்கு வியப்பை அளித்தது! அவர் அவனையே
உற்று நோக்கினார்.

அப்படிப் பார்த்த, அப்போதுதான் அவரும் ஆற அமரச்
சிந்தித்தார். இவ்வளவும் நடப்பதற்குக் காரணமாக இருந்த முதற்
குற்றம் நான் அவனுடைய சொக்கட்டான் காயைத் திருடியதுதானே?
ஆத்திரத்தில் அவன்தான் எறிந்துவிட்டான் என்றால் அதற்காக நான்
இவ்வளவு நாகரிகமற்ற ஒரு வார்த்தையை வீசியிருக்க வேண்டாம்.
நானே குற்றத்தைச் செய்து விட்டு அவனைப் போய்த் தூற்றுவது
எவ்வளவு அறியாமை? என்னுடைய அறியாமையால் அவன்
தலைகுனிய நேர்ந்து விட்டதே இவ்வாறு சிந்தித்துத் தம்மை
உணர்ந்த தாமப்பல் கண்ணனார் மாவளத்தானிடம் மன்னிப்புக்
கேட்டுக் கொள்ள விரும்பினார். இந்த எண்ணம் தோன்றியதும் அவர்
தலை குனிந்திருந்த அவனருகில் சென்று அவன் கைகளைப் பற்றிக்
கொண்டு உருக்கமான குரலில் கூறினார்.

"வளவா! என்னை மன்னித்துவிடு. உன்னை நோக்கி
ஆத்திரத்தில் விடுத்த பண்பற்ற அந்தச் சொல்லை நீ மனத்திற்
கொள்ளக்கூடாது. குற்றத்தை முதலில் செய்தவன் நானாக
இருக்கவும் நீயே குற்றம் செய்தவன் போல நாணமடைகிறாய்.இது
அல்லவா உயர் குடியிற் பிறந்தார் பண்பு! உன்னுடைய இந்த உயரிய
பண்பு காவிரி மணலைக் காட்டிலும் பன்னாள் வாழ்க!"

அவர் கூறி முடித்த அதே சமயத்தில் மாவளத்தானும்
அவரிடம் குழைவான குரலில் தான் செய்த குற்றத்திற்கு மன்னிப்பு
கேட்டான்.

"புலவர் பெருமானே! இந்தப் பாவி காட்டுமிராண்டி
யையும்விடக் கேவலமாக உங்களிடம் நடந்து கொண்டுவிட்டேன்.
உங்கள் நெற்றியில் வழியும் குருதி இந்தப் பாவியின் ஆத்திரத்தால்
தானே நேர்ந்தது:"

"நான் ஆசையால் தவறு செய்தேன். நீ ஆத்திரத்தால் தவறு

செய்தாய். ஆனால் இருவருமே தவறுகளை உணர்ந்து கொண்டோம்"
என்றார் புலவர். தவறுகளை மறைப்பதா பண்பாடு?
உணர்வதுதானே?

நிலமிசை வாழ்நர் அலமரல் தீரத்
தெறுபுகதிர்க் கனலி வெம்மை தாங்கிக்
கால்உணவாகச் சுடரொடு கொட்கும்
அவிர்சடை முனிவரும் மருளக் கொடுஞ்சிறைக்
கூருகிர்ப் பருந்தின் ஏறுகுறித்து ஒரீஇத்
தன்னகம் புக்க குறுநடைப் புறவின்
தபுதி அஞ்சிச் சீரை புக்க
வரையா ஈகை யுரவோன் மருக!
நேரார்க் கடந்த முரண்மிகு திருவின்
தேர்வண் கிள்ளி தம்பி வார்கோல்
கொடுமர மறவர் பெரும கடுமான்
கைவண் தோன்றல்! ஐயம் உடையேன்
ஆர்புனை தெரியல்நின் முன்னோ ரெல்லாம்
பார்ப்பார் நோவன செய்யலர் மற்றிது
நீர்த்தோ நினக்கென வெறுப்புக் கூறி
நின்யான் பிழைத்தது நோவா யென்னினும்
நீபிழைத் தாய்போல் நனி நாணினையே
தம்மைப் பிழைத்தோர்ப் பொறுக்கும் செம்மல்
இக்குடிப் பிறந்தோர்க் கெண்மை காணுமெனக்
காண்தகு மொய்ம்ப காட்டினை ஆகலின்
யானே பிழைத்தனென் சிறக்கநின் ஆயுள்
மிக்குவரும் இன்னீர்க் காவிரி

எக்கர் இட்ட மணலினும் பலவே. (புறநானூறு - 43)
அலமரம் = துன்பம், கனலி= சூரியன், கால் = காற்று,
கொட்கும் =திரியும், ஏறு=எறிதல், தபுதி=அழிவு நேரார் =பகைவர்,
கொடுமரம் =வில், ஆர் = ஆத்தி, நீர்த்தோ = தன்மையையுடையதோ,

பிழைத்தது = குற்றம் செய்தது, செம்மல் = தலைமை, எக்கர் இட்ட = கொழித்து இடப்பட்ட

2. இது ஒரு வாழ்வா?

சோழ மன்னன் செங்கணானுக்கும் சேரமான் கனைக்கால் இரும்பொறைக்கும் நிகழ்ந்த போரில் சோழன் செங்கணான் வெற்றி பெற்றுவிட்டான். தோற்றுப்போன கணைக்கால் இரும்பொறையைச் சிறை செய்து சோழ நாட்டின் தலைநகரில் இருக்கும் குடவாயில் கோட்டத்துச் சிறைச்சாலையில் அடைத்தும் விட்டான்; பெரு வீரனான சேரமானைக் கைதியாக்கித் தன் சிறையில் கொணர்ந்து அடைத்ததனால் இணையற்ற பெருமிதம் கொண்டிருந்தான் செங்கணான்.

செங்கணான் கொண்ட பெருமிதத்திற்குக் காரணம் இருந்தது. பிறர் எவருக்கும் அடிபணிய விரும்பாமல் சுதந்திரப் பேரரசனாகத் தன்மானப் பண்பிற்கே இருப்பிடமாய் வாழ்ந்த சேரனைத்தான் ஒருவனே அடக்கிச் சிறை செய்ததிறமை சோழன் பெருமிதம் கொள்வதற்கு உரியதுதானே?

சேரமான் கணைக்கால் இரும்பொறையே 'மானத்திற்காக வாழ்வது, அதற்கு அழிவு வந்தால் வீழ்வது' என்ற உறுதியான கொள்கையுடையவன். குடவாயிற் கோட்டத்துச் சிறைச் சாலையில் அடைபட்டபின் ஒருநாள் தன்னுடைய அந்த உயரிய கொள்கையை நிரூபித்தும் காட்டிவிட்டான், அவன்.

'மானத்தைக் காப்பாற்றுவதற்காக மனிதன் வாழ வேண்டும். மானத்தைப் பறிகொடுத்துவிட்டு வாழ்வதைக் காட்டிலும் சாவதே நல்லது!' இவ்வுண்மையைத் தன் உயிரைக் கொடுத்துத் தமிழ்நாட்டிற்கு அறிவுறுத்திவிட்டுச் சென்றான் இரும்பொறை. அந்த நிகழ்ச்சிதான் கீழே வருகின்ற சிறுகதை,

அன்று ஒருநாள் மாலை! குடவாயிற் கோட்டத்துச் சிறைச் சாலையில் ஒளி மங்கி இருள் சூழத் தொடங்கியிருந்த நேரம். சேரன் இருந்த சிறையின் வாயிலில் சிறைக் காவலர்கள் கையில் வேலுடன் குறுக்கும் நெடுக்குமாக உலாவிக் கொண்டிருந்தனர்.

சிறைக்குள்ளே இருந்த சேரமானுக்குத் தண்ணிர் வேட்கை பொறுக்க முடியவில்லை. நாக்கு வறண்டு ஈரப்பசை இழந்தது. விக்கல் எடுத்தது. தாகம் கோரமாக உருவெடுத்து அவனைக் கொல்லாமல் கொல்லத் தொடங்கியிருந்தது. சிறைக்குள்ளே தண்ணிர் இல்லை. காவலாளிகளிடம் வாய் திறந்து கேட்கக்கூடாது என்று நினைத்திருந்தான் அவன். அவர்களிடம் கேட்பது இழிவு; கேட்டபின் ‘அவர்கள் இல்லை என்று சொல்லிவிட்டாலோ, இழிவினும் இழிவு’ என்றெண்ணிப் பொறுத்துக் கொள்ள முயன்றான் அவன். ஆனால் தாகத்தின் கொடுமை அவனைப் பொறுக்கவிட்டால்தானே?

சிறைக் கதவின் ஓரமாகப் போய் நின்றுகொண்டு, “காவலர்களே! தண்ணிர் வேட்கை என்னை வதைக்கிறது. வேதனைதாங்கமுடியவில்லை.பருகுவதற்குக் கொஞ்சம் தண்ணீர் வேண்டும்” என்று வறண்ட குரலில் வேண்டிக் கொண்டான் அவன்.

இவ்வாறு அவன் வலுவில் வந்து தங்களிடம் தண்ணிர் கேட்டதனால் காவலர்களுக்குக் கொஞ்சம் இறுமாப்புப் பெருகிவிட்டது.

“நேற்றுவரை நீ சேரமன்னனாக இருந்தாய்! பிறரை ஏவல் செய்து, ‘அது கொண்டு வா, இது கொண்டு வா,’ என்று சொல்வதற்கு உனக்குத் தகுதி இருந்தது. ஆனால் இன்றோ, நீ எங்களுக்கு அடங்கிய ஒரு சாதாரண கைதி. நீ ஏவினால் அந்த

ஏவலுக்குக் கீழ்ப்படிந்து நாங்கள் உடனே தண்ணீர் கொண்டு வர வேண்டுமா? முடியாது! தோற்றுப்போன உனக்குத் தண்ணிர் ஒரு கேடா?” என்று கூரிய ஈட்டியைச் சொருகுவது போன்ற சொற்களை அவனுக்கு மறுமொழியாகக் கூறினர் அவர்கள்.

இந்தப் பதிலைக் கேட்டு இரும்பொறையின் நெஞ்சம் கொதித்தது. கைகள் அவர்களை அப்படியே கழுத்தை நெரித்துக் கொன்றுவிடலாம் போலத் துறுதுறுத்தன. ஆனால், அவர்களுக்கும் அவனுக்குமிடையில் ஒரு நீண்ட இரும்புக் கதவு இருந்தது. அவன் ஆத்திரத்திற்கு அந்தக் கதவு தடையாக நின்றது. இல்லையென்றால் அவர்கள் எலும்புகளை நொறுக்கியிருப்பான் அவனுக்கிருந்த

கோபத்தில்.

"ஆகா இதைவிடக் கேவலமான நிகழ்ச்சி, என் வாழ்வில் இன்னும் வேறு என்ன நடக்க வேண்டும்? வாய் திறந்து 'தண்ணிர்' என்று கேட்டேன். தண்ணிர் இல்லை என்று மட்டும் அவர்கள் சொல்லியிருந்தால் பரவாயில்லை. எவ்வளவு அவமானமாகப் பேசிவிட்டார்கள்! கேவலம், சிறைக் காவலர்கள் வாயிலிருந்து இத்தகைய சொற்களைக் கேட்கும்படி ஆகிவிட்டதே நம் கதி. இப்படி நாம் வாழ்வதைக் காட்டிலும் சாவது எவ்வளவோ உயர்ந்ததாயிற்றே?"

"இழிந்த நாயைச் சங்கிலியாற்கட்டி இழுத்துக்கொண்டு வருவதுபோல என்னையும் விலங்கிட்டு இந்தச் சிறைச்சாலைக்கு இழுத்து வந்தார்கள். அப்போதே மானஸ்தனான என் உயிர் போயிருக்க வேண்டும். ஆனால், போகவில்லை, பிச்சை கேட்பது போல இவர்களிடம் தாகம் தீர்த்துக் கொள்ளத் தண்ணிர் கேட்டேன்.நம்மைவிட எவ்வளவோ தாழ்ந்தவர்களாகிய இந்தச் சிறைக் காவலர்கள் வாயிலிருந்து, "உனக்குத் தண்ணிர் ஒரு கேடா?" என்ற வார்த்தையை வாங்கிக் கட்டிக் கொண்டாயிற்று இன்னும் நாம் உயிர் வாழ்வதில் என்ன அர்த்தம் இருக்கிறது?" இரும்பொறையின் மனத்தைக் கசக்கிப் பிழிந்தது 'வாழ்வதா, இறப்பதா' என்ற இந்தக் கேள்வி.

இதற்குள் வெளியே இருந்த சிறைக் காவலர்களில் இளகிய உள்ளம் படைத்த ஒருவன் மற்றொருவனிடம் கூறினான்; "ஐயோ பாவம் மனிதர் தவித்த வாய்க்குத் தண்ணிரின்றித் திண்டாடுகிறார். நீங்களெல்லாம் நெருப்பை வாரி வீசுவதுபோலக் கொடுஞ் சொற்களைக் கூறுகிறீர்களே! இதுவா, மனிதப் பண்பு? நீ கொஞ்சம் பார்த்துக் கொள் அப்பா. நான் போய்த் தண்ணிர் கொண்டு வருகிறேன்." இரண்டாவது காவலன், "சரி! உன் விருப்பத்தை நான் ஏன் கெடுக்கிறேன்? போய் அவனுக்குத் தண்ணிர் கொண்டு வந்து கொடுத்துப் புண்ணியத்தைச் சம்பாதித்துக் கொள்" என்றான். முதற்

காவலன் புறப்பட்டான்.

இரக்க குணமுள்ள அந்தக் காவலன் ஒரு குவளை நிறையக் குளிர்ந்த நீரைக் கொணர்ந்தான். சிறைக் கதவைத் திறந்து இரும்பொறையினருகில் சென்று குவளையை நீட்டினான். இரும்பொறை உயிர் வேதனையோடு மகாபயங்கரமாக விக்கிக் கொண்டிருந்தான். இன்னும் சிறிது நேரத்திற்குள் அவன் தண்ணிரைக் குடிக்காமலிருப்பானாயின் உயிரே போனாலும் போய்விடும். அவ்வளவு கோரமான நீர் வேட்கை.

ஆனால், அந்த நிலையிலும்கூடக் காவலன் நீட்டிய தண்ணிர்க் குவளையை அவன் வாங்கிக்கொள்ள மறுத்து விட்டான்.

"காவலனே! உன் அன்புக்கு நன்றி. உயிரைவிடமானத்தையே பெரிதாக எண்ணுகிறேன் நான்.நீ கொடுக்கும் இந்த நீரை வாங்கிப் பருகிவிட்டால் இப்போது இந்த மரணவஸ்தையிலிருந்து என் உயிர் பிழைத்துவிடும். ஆனால், என்றைக்காவது ஒருநாள் எப்படியும்போகப் போகிற இந்த உயிர்மானத்தைக் காப்பதற்காக இன்றைக்கே போய்விடுவதினால் என்ன குறைந்துவிடப் போகிறது? கேவலம், பிச்சைக்காரன் பிச்சை கேட்பதுபோல, மானமில்லாமல் உங்களிடம் தண்ணிர் கேட்டுவிட்டு நான் பட்ட அவமானம் போதும்..."

"அரசே! தாங்கள் மிகவும் ஆபத்தான நிலையிலிருக்கிறீர்கள். இப்போது நீர் பருகாவிட்டால்..."

"உயிர் போய்விடும் என்றுதானே சொல்லப் போகிறாய்? பரவாயில்லை! பிறரிடம் தோற்று அடிமையாகி மானம் இழந்து வாழும் இந்த வாழ்வும் ஒரு வாழ்வாளன்றெண்ணிமானத்திற்காக உயிர் நீத்தான் கணைக்கால் இரும்பொறை என்று எதிர்காலம் அறியட்டும்" இரும்பொறை கண்டிப்பாகக் காவலன் கொண்டு வந்து கொடுத்த தண்ணிரைப் பருகுவதற்கு மறுத்துவிட்டான். இனி வற்புறுத்துவதில் பலனில்லை என்று காவலன் வெளியே சென்றான். சிறைக்கதவு மூடப்பட்டது. கதவு மூடப்பட்ட ஒலியோடு உள்ளிருந்து ஈனஸ்வரத்தில் விக்கல் ஒலியும் கேட்டது.

அரை நாழிகைக்குப் பிறகு சிறைக்குள்ளிருந்து விக்கல் ஒலி

வருவதும் நின்றுவிட்டது. உள்ளே விளக்கேற்றுவதற்கு வந்த காவலன் ஒருவன் இருளில் கணைக்கால் இரும்பொறையின் சடலத்தை எற்றித் தடுக்கி விழுந்தான்.

  குழவி இறப்பினும் ஊன்தடி பிறப்பினும்
  ஆள் அன்று என்று வாளில் தப்பார்
  தொடர்ப்படு ஞமலியின் இடர்ப்படுத்து இரீஇய
  கேள் அல் கேளிர் வேளாண் சிறுபதம்
  மதுகை இன்றி வயிற்றுத்தீ தணியத்
  தாம் இரந்து உண்ணும் அளவை
  ஈன்மரோ இவ் உலகத்தானே? (புறநானூறு 74)

  குழவி = குழந்தை, ஊன்தடி = தசைப் பிண்டம், ஞமலி = நாய், கேளல் கேளிர்=பகைவரின் சுற்றத்தார், வேளாண்=உதவி, சிறுபதம் = சிறிதளவு நீர், மதுகை = மனவலிமை, இரந்து = யாசித்து.

3. ஊசி முனை

அப்போது நகரத்திலே திருவிழாச் சமயம் விழாவின் கோலாகலமும் ஆரவாரமும் நகரெங்கும் நிறைந்து காணப் பட்டன. ஊரே அந்தத் திருவிழாவில் இரண்டறக் கலந்து ஈடுபட்டிருந்தது. 'விழா என்றால் மக்களின் உள்ளத்தில் மகிழ்ச்சிக்குக் கேட்கவா வேண்டும்?   ஆனால், இந்த மகிழ்ச்சியில் தனக்கும் பங்கு வேண்டும் என்பதுபோல மழை இடைவிடாமல் பெய்து கொண்டிருந்தது. திருவிழா ஆரவாரத்தின் விறுவிறுப்பை அதிகப்படுத்தியிருந்தது இந்த மழை.

மழையில் நனைந்து கொண்டும் விழாக் காண்பதற்காக நகர வீதிகளில் பொங்கி வழிந்து கொண்டிருந்தது மக்கள் வெள்ளம். இந்த மக்கள் வெள்ளத்திற்கு இடையிலேதான் நம்முடைய கதாநாயகனை நாம் சந்திக்க முடிகின்றது. அவனும் விழாக் காண்பதற்குத்தான் மகிழ்ச்சியோடு சென்று கொண்டிருந்தான். அந்தநகரத்தைச் சேர்ந்த படைவீரர்களின் தளபதிகளில் அவனும் ஒருவன். அவன், மனைவியையும் விழாவுக்கு அழைத்துக் கொண்டுவர முடியாமற் போயிற்றே என்ற ஏக்கத்தோடு நடந்து சென்று கொண்டிருந்தான்.

வீட்டில் அவன் மனைவிக்கு நிறைமாதம். இன்றோ நாளையோ பேறு காலமாக அமையலாம். அத்தகைய நிலையில் அவள் எப்படி விழாக் காண்பதற்கு வெளியே வர முடியும்? அவனை மட்டும் விழாவுக்குச் சென்று வருமாறு கூறி விடை கொடுத்து அனுப்பியிருந்தாள். அவளை அந்த நிலையில் விட்டுப் பிரிந்துசெல்ல அவனுக்கும்.மனம் இல்லைதான்.ஆனால் அவளே வற்புறுத்தி வேண்டிக் கொண்டதனால் அவன் மறுக்காமல் ஊர் விழாவிலே தானும் பங்குகொள்ள வேண்டியதாயிற்று. வீட்டில் அவளுக்கு எப்படி இருக்கிறதோ? என்ன செய்கிறதே? - என்ற சிந்தனையோடு கூட்டத்தில் மெல்ல, மழையில் நனைந்தபடியே நடந்து கொண்டிருந்தான் அவன். திடீரென்று வீதியில் காதுகள்

செவிடுபடும்படி முரசொலி எழுந்தது! அவன் திடுக்கிட்டான். ஆம். அது போர் அறிவிப்பு முரசின் ஒலி, யாரோ ஒர் அரசன் திருவிழா நேரத்தைப் பயன்படுத்திக்கொண்டு அந்த நகரத்தின் மேல் உடனடியாகத் தன் படைகளோடு முற்றுகையிட வந்திருந்தான். அரண்மனையின் முக்கியமான தளபதிகளில்   அவனும் ஒருவனாயிற்றே. உடனே அவன் அரண்மனைக்கு - ஓடோடிச் செல்ல எண்ணினான்.

போர் அறிவிப்பு ஒலியைக் கேட்டவுடன் திருவிழாக்கூட்டம் பரபரப்பாகக் கலைந்துவிட்டது. எங்கும் திகைப்பும் கலவரமும் நிறைந்தன. தளபதி அரண்மனைக்கு விரைந்தான். எதிரே அவனைச் சந்தித்த ஒருவர் அவனுடைய மனைவிக்கும் பிரசவம் ஆகிவிட்ட செய்தியை அவசரமாக அவனிடம் கூறினார். இந்த இக்கட்டான நிலையில் மனைவியைக் காணப் போவதா? போருக்கு வந்த பகைவனுக்கு அறிவுகட்ட அரண்மனை சென்று போர்க்களம் புகுவதா? அவன் ஒரு விநாடி தயங்கினான். ஒருபுறம் காதல் மனையாளை, மகப்பேறுற்ற நிலையிற்கான வேண்டும் என்ற ஆசை மறுபுறம், பிறந்து வளர்ந்த தாய் நாட்டைக் காப்பதற்குக் களம்புக வேண்டிய கடமை, தளபதி என்ற பதவிப் பொறுப்பு வேறு அவன் கடமையை வற்புறுத்தியது. இரண்டு முனைகளும் கூர்மையான ஒர் ஊசியின் முனைகளைப் போலப் பற்றுவது எதை என்ற சிந்தனை அவனுள் எழுந்தது. இருள் சூழும் நேரத்தில் இருட்டுவதற்குள் கட்டிலைப் பின்னிவிட வேண்டும் என்ற ஆத்திரத்தில் கயிற்றையும் கோணுசியையும் வேகவேகமாகக் குத்தி இழுக்கும் கட்டில் கட்டுபவன் கையிலுள்ள ஊசியின் துனிபோல விரைந்தது அவன் மனம்.

ஊசிமுனை பாயும் வேகத்தில் கடமையின் பக்கம் தாவிப் பாய்ந்தது அவன் மனம் என் மனைவியையவிடப் பெரியது நாட்டின் உரிமை, அதைக் காப்பது என் உயிரினும் சிறந்த கடமை'

என்றெண்ணிக் கொண்டே அரண்மனையை நோக்கி ஓடினான்
அவன்!

சாறுதலைக் கொண்டெனப் பெண்ணிற்றுற்றெனப்
பட்ட மாரி ஞான்ற ஞாயிற்றுக்
கட்டில் நிணக்கும் இழிசினன் கையது
போழ்தூண்டு ஊசியின் விரைந்தன்று மாதோ
ஊர்கொளிங்ந்த பொருநனொடு
ஆர்புனை தெரியல் நெடுந்தகை போரே. (புறநானூறு-8)

(சாறு = திருவிழா, தலைக் கொள்ளல் = தொடங்குதல், பெண்ஈற்று
= மனைவியின் பிள்ளைப்பேறு, மாரி ஞான்ற = மழை பெய்ய,
நிணக்கும் = உண்டாக்குகின்ற, இழிசினன் = மலைமகன்,
போழ்துரண்டு ஊசி = கயிற்றை இழுத்துத் தைக்கும் கூரிய ஊசி,
பொருநன் = பகைவன், ஆர்புனை = மாலையணிந்த, நெடுந்தகை =
வீரன்)

4. தோற்றவன் வெற்றி!

'வெண்ணிப் பறந்தலை' என்ற இடத்தில் நிகழ்ந்த அந்தப் பயங்கரமான போரில் கரிகாலன் வெற்றி அடைந்தான். அந்த வெற்றியைக் கொண்டாடும் விழா அன்று அவையில் சிறப்பாக நிகழ்ந்து கொண்டிருந்தது! பாவாணர் பலர் அவன் வெற்றி மங்கலச் சிறப்பைப் பாடல்களாகக் கூறிப் பாராட்டிப் பரிசு பெற்றுச் சென்று கொண்டிருந்தனர். எல்லோருடைய பாடல் களும் அந்தப் போரில் வெற்றி பெற்றவனாகிய கரிகாலனையே சிறப்பித்துப் பாடியிருந்தன. வென்றவனைப் பற்றி வெற்றிமங்கலம் பாடும்போது அப்படிப்பாடுவதுதானே இயற்கையும் ஆகும்?

ஆனால், இறுதியக வெண்ணிக்குயத்தியார் என்ற ஒரு புலவர், "கரிகால் வளவ! நீ இந்தப் போரிலே வெற்றிபெறவில்லை! தோற்றுவிட்டாய்" என்னும் கருத்தை அமைத்துத் துணிவாக ஒரு பாட்டைப் பாடிவிட்டார். கரிகால் வளவன் உட்பட அதைக் கேட்ட அத்தனை பேரும் திடுக்கிட்டனர். 'வெண்ணிக் குயத்தியாருக்கு ஏதேனும் சித்தப்பிரமையோ?' - என்றுகூட நினைத்துவிட்டனர் அவர்கள்.

வெண்ணிக் குயத்தியாரோ, சோழர் குலதிலகமே இந்தப் போரிலே உனக்குத் தோற்று, மார்பிலே பட்ட அம்பு முதுகிலே ஊடுருவியதற்காகச் சாகும்வரை வடக்கு நோக்கி உண்ணா நோன்பிருந்து உயிர்துறந்தானே பெருஞ்சேரலாதன், அவன்தான் வெற்றி பெற்றிருக்கிறான். நீ வென்றும் தோற்று நிற்கிறாய்!" என்றே மீண்டும் கூறினார்.

கரிகாலனுக்குச் சினம் வந்துவிட்டது: "புலவரே! நீங்கள் சுய நினைவோடுதான் இதனைக் கூறுகிறீர்களா? யார் முன் கூறுகிறோம், என்ன கூறுகிறோம் என்பதைச் சிந்தித்துக் கூறுங்கள் கரிகாலன் சீறி

விழுந்தான். வெண்ணிக்குயத்தி யாரோ பதறாமல் நடுங்காமல் சிரித்த முகத்தோடு இருந்தார். "அரசனின் சினத்தால் இவருக்கு என்ன தண்டனை விதிக்கப்படுமோ? எரிகிற நெருப்பில் எண்ணெய் ஊற்றுகின்ற மாதிரி இந்த அப்பாவிப் புலவர் மேலும் சிரிக்கின்றாரே" = என்று அங்கே இருந்தவர்கள் எல்லோரும் அச்சத்தில் மூழ்கி வீற்றிருந்தனர்.

"நீங்கள் பாடிய பாட்டும் கூறிய கருத்தும் உமக்குச் சித்தப்பிரமை என்று எங்களை எண்ணச்செய்கின்றன."

"இல்லை வேந்தே! தெளிவான சித்தத்தோடு சிந்தித்துப் பார்த்துத்தான் கூறுகிறேன். உன்னுடைய வெற்றி வாளின் வெற்றி. வேறொருவகையிலே பார்த்தால் ஆன்மாவின் தோல்வி. பெருஞ்சேரலாதனின் தோல்வி வாளின் தோல்வி, வேறொரு வகையிலே பார்த்தால் ஆன்மாவின் வெற்றி! வாளின் வெற்றியைவிட ஆன்மாவின் வெற்றி உயர்ந்தது. வாளாலே வென்ற வெற்றி மாறும், அழியும். ஆன்மாவால் பெற்ற வெற்றி என்றும் மாறாது, அழியாது."

"பெருஞ்சேரலாதன் தான் வெண்ணிப் பறந்தலைக் களத்திலேயே வடக்கு நோக்கி உண்ணாதிருந்து உயிர் நீத்துவிட்டானே! அவன் ஆன்மா எப்படி வென்றதாகும்?"

"அவன் உயிர் செத்துவிட்டது என்னவோ மெய்தான் அரசே! ஆனால், அவன் புகழ் என்ற உயிர் உன்னாலும் வெல்ல முடியாத ஆற்றலோடு இப்போதுதான் பிறந்திருக்கிறது. அது சாகாத உயிர், சாஸ்வதமான உயிர்!"

"ஏதோ, தத்துவப் பித்து ஏறி உளறுகிறீர்கள் புலவரே!"

“கரிகாலா! நீ இன்னும் என்னைப் புரிந்து கொள்ளாமலே பேசுகிறாய். இந்த வெற்றி விழா நாளிலே உன்னைப் பழித்துப்பாட வேண்டும் என்பதற்காக நான் வரவில்லை. மறைமுகமாகப்

பார்த்தால் என் பாட்டும் உன்னைப் புகழத்தான் செய்கிறது. என் கருத்தை நீ ஆழ்ந்து சிந்தித்துப் பார்க்க வேண்டும். வெற்றி மமதையைத் துறந்து நடுநிலை உள்ளத்தோடு என் கருத்தை நினைத்துப் பார்”

“நீங்கள் முதலில் உங்கள் கருத்தை விளக்கமாகக் கூறுங்கள்” சற்றே பதற்றமும் சினமும் குறைந்து அமைதியாகப் புலவரைக் கேட்டான் கரிகாலன்.

“பெருஞ்சேரலாதனும் உன்னைப் போலப் பேரரசன்தான். போர் நடந்து கொண்டிருக்கும்போதே மார்பில் தைத்த அம்பு முதுகிலே ஊடுருவி நுழைந்துவிட்டதனால், “ஆகா முதுகிலே புண்பட்ட நானும் ஒரு வீரனா? எதற்காக மானமிழந்த நான் உயிர் வாழ வேண்டும்? வெற்றி விளைந்தாலும் இனி எனக்கு அது தோல்விதான்” என்றெண்ணி வடக்கிருந்து உயிர் துறந்தான். வெற்றி தோல்வியைவிட, ஏன்? உயிலைவிட, மானமே பெரிதாகத் தோன்றியது அவனுக்கு தோற்று இறந்தானில்லை அவன். தன் மானத்தைக் காப்பதற்காகத் தன்னைத்தானே கொன்று கொண்டான். உன் வீரர்களோ, நீயோஅவனைக் கொன்று வெற்றி பெறவில்லை. போரின் வெற்றியை நீ அடைந்துவிட்டாலும் மானத்தின் வெற்றியை உனக்கு விட்டுக்கொடுக்க விரும்பவில்லை அவன். உள்ளத்தால், ஆன்மாவால், உயரிய புகழால், வெற்றிக்கும் மேலான வெற்றியை அவன் தன் உயிரைக் கொடுத்து அடைந்துவிட்டான். இப்போது சொல் தோற்ற அவனுக்கு வெற்றியா? அல்லது வென்றுவிட்டதாக இறுமாந்து கிடக்கம் உனக்கு வெற்றியா?” வெண்ணிக் குயத்தியார் ஆவேசத்தோடு பேசினார்.

"ஒப்புக்கொள்கிறேன் புலவரே! நல்லவனை வென்றவன் தான் தோற்றுப் போகிறான். நல்லவனோ தோற்றாலும் வென்று விடுகிறான். இதில் மெய் இருக்கிறது" கரிகாலனுடைய குரல் குழைந்து கரகரத்தது. சட்டென்று அவன் அவையிலிருந்து எழுந்து சென்றுவிட்டான்.

நளியிரு முந்நீர் நாவாய் ஒட்டி
வளிதொழில் ஆண்ட உரவோன் மருக
களியியல் யானைக் கரிகால் வளவ
சென்றமர்க் கடந்தநின் ஆற்றல் தோன்ற
வென்றோய் நின்னினும் நல்லன் அன்றே
கலிகொள் யாணர் வெண்ணிப் பறந்தலை
மிகப்புகழ் உலகம் எய்திப்
புறப்புண் நாணி வடக்கிருந்தோனே. (புறநானூறு - 66)

(நளியிரு = நீர்செறிந்த, முந்நீர் = கடல், நாவாய் = கப்பல், வளிதொழில் ஆண்ட = காற்றை ஏவல் கொண்ட உரவோன் = வல்லமை மிக்கவன், அமர்க் கடந்த = போரில் வென்ற, கலிகொள் = ஆரவாரமிக்க, யாணர் = பெருகிக வளரும் புது வளம், வடக்கிருந்தோன் = பெருஞ்சேரலாதன்)

5. பரணர் கேட்ட பரிசு

பரணர் அந்தச்செய்தியைக் கேள்விப்பட்டபோது அவரால் அதை நம்பவே முடியவில்லை. வேறு யாரேனும் அப்படிச் செய்திருந்தால்கூடக் கவலை இல்லை. கேட்பவர்களும் தலை குனியத் தக்க அந்தக் காரியத்தைப் பேகன் செய்துவிட்டான் என்கிறார்கள். செய்தியின் வாசகங்களைப் பொய்யென்பதா? அல்லது அந்தச் செய்தியை நம்பத் துணியாத தம் மனத்தை நம்புமாறு செய்வதா! எதைச் செய்வதென்று தோன்றாது திகைத்தார் பரணர்.

அப்படி அவரைத் திகைக்கச் செய்த அந்தச் செய்திதான் என்னவாக இருக்கும்? உண்மையில் அது சிறிது அருவருப்பை உண்டாக்கக்கூடிய செய்திதான்.

"கடையெழு வள்ளல்களில் ஒருவன். மயிலுக்குப் பட்டுப் போர்வை அளித்த சிறப்பால் பாவலர் பாடும் புகழை உடையவன்.

ஆவியர் குடிக்கு மன்னன். 'வையாவிக்கோப் பெரும்பேகன்' என்ற பெரும் பெயர் பெற்றவன். அத்தகையவன் ஒழுக்கத்துக்கும், பண்பாட்டுக்கும் முரணான செயலில் இறங்கியிருந்தான். கற்பிலும் அழகிலும் சிறந்தவளாகிய தன் மனைவி கண்ணகியை மறந்தான். தலைநகருக்கு அருகிலிருந்த 'முல்லைவேலி நல்லூர்' என்ற ஊரில் வசிக்கும் அழகி ஒருத்தியிடம் சென்று மயங்கிக் கட்டுண்டிருந்தான். இந்தச் செய்தியைக் கேட்டபோதுதான் பரணர் இதை நம்ப முடியாமல் தவித்தார்.

செய்தியை உறுதி செய்து கொள்வதற்காகப் பேகனின் அரண்மனைக்குச் சென்றார். அரண்மனையில் பேகனைச் சந்திக்க முடியவில்லை. அவன் சில வாரங்களாக அரண்மனைக்கே வருவதில்லை என்றும் முல்லைவேலி நல்லூரில் அந்த அழகியின்

வீட்டிலேயே தங்கிவிட்டான் என்றும் அமைச்சர்களிடம் கேட்டு
அறிந்து கொண்டார் பரணர்.

பேகனுடைய மனைவி கண்ணகியைக் கண்டார். கண்ணகி
என்ற பெயரில் நடமாடிய துயர ஒவியத்தைக் கண்டார் என்பது தான்
பொருத்தம். அழுது அழுது சிவந்த கயல்விழிகள் மைதீட்டு தலை
மறந்து பல நாட்களான இமைகள் எண்ணெய் தடவி வாரிப் பூச்சூடிக்
கொள்ளாமல் குலைந்துகிடந்த கூந்தல், பறிகொடுக்க முடியாத
பொருளை யாரோ உரிமையில்லாதவள் பறித்துக் கொண்டு போய்
விட்டாளே அந்த ஏக்கம் தங்கிப் படிந்த முகம்.

கண்ணகி கண்ணகியாக இருக்கவில்லை. கைப்பிடித்த
கணவன் கணவனாக இருந்திருந்தால் அவளும் கண்ணகியாக
இருந்திருப்பாள். வள்ளல், மன்னன், கொடையாளி என்று
ஊரெல்லாம் புகழத்தான் புகழ்கிறது. ஆனால், அந்தக்
கொடையாளிக்கு ஒழுக்கத்தின் வரம்பு புரியவில்லை.பொன்னைக்
கொடுக்கலாம்; பொருளைக் கொடுக்கலாம்;அவை கொடைதன்
மனைவியின் இடத்தையே யாரோ ஒரு பெண்ணுக்குக்
கொடுத்துவிடுவதா கொடை? பேகன் ஒழுக்கம் என்ற உயரிய
பதவியிலிருந்து வழுக்கி விழுந்துவிட்டான். கண்ணகி நடமாடும்
துயரமாகி அந்த அரண்மனையே கதியாக இருந்து வந்தாள்.

பரணருக்கு எல்லா விவரங்களும் தெளிவாகப் புரிந்தன.
தன்னுடைய அன்புக் குரியவனான வள்ளலின் நிலை
எவ்வளவிற்குத் தாழ்ந்துவிட்டது என்பதை அவர் உணர்ந்தார்.
'மனைவி என்ற பொறுப்பான பதவியை ஆளும் "ஒரு பெண் எதை
வேண்டுமானாலும் இழந்துவிடலாம்; ஆனால், எந்த ஆண்மகனின்
இதயத்தில் அந்தப் பொறுப்பை அவள் வகிக்கின்றாளோ,
அங்கிருந்தே உருட்டித் தள்ளப்பட்டால் அவளால் அதை இழக்க
முடியுமா?"

நினைக்க நினைக்கப் பரணருக்கு உள்ளம் கொதித்தது.
பேகனை அவன் மனைவிக்கு மீட்டுத் தரமுடியுமானால் அதுவே தம்
வாழ்நாளில் தாம் செய்த தலைசிறந்த நற்செயலாக இருக்கும் என்ற

உறுதி மாத்திரம் அவர் மனத்தில் ஏற்பட்டது.

தாம் வந்த காரியங்களை எல்லாம் மறந்து, உடனே முல்லைவேலி நல்லூருக்குப் புறப்பட்டார். ஆடல் பாடல்களில் சிறந்த அழகிகள் வசிக்கும் ஊர் அது. ஊரைச் சுற்றி எங்கு நோக்கினும் அடர்ந்து படர்ந்து பூத்துச் சொரிந்திருக்கும் முல்லைக் கொடிகள் காடுபோல மண்டிக் கிடந்தன. 'முல்லைவேலி' என்ற பெயர் பொருத்தமாகத்தான் இருந்தது. ஊருக்கு மட்டுமில்லை; ஊரிலுள்ள அழகிகளின் வாயிதழ்களுக்கு உள்ளேயும், சீவி முடித்த கருங்குழலிலும்கூட முல்லைப் பூக்கள்தாம் 'வேலியிட்டிருந்தன'. அந்த ஊர்ப் பெண்கள் சிரித்தால் முல்லை உதிர்ந்தது. சிங்காரித்தாலோ, கூந்தலில் முல்லை மலர்ந்தது. ஆண் பிள்ளையாகப் பிறந்தவன் எத்தனை திடசித்தம் உடையவனாக இருந்தாலும் கவரக்கூடிய அழகிகள் அவர்கள்.

"இப்படி ஒழுக்கத்தை அடிமை கொள்ளும் அழகு நிறைந்த அந்த ஊருக்கு 'நல்லூர்' என்று பெயரின் பிற்பகுதி அமைந்திருந்ததுதான் சிறிதுகூடப்பொருத்தமில்லாமல் இருந்தது. ஆண் பிள்ளைக்கும் சரி, பெண்ணுக்கும் சரி ஒழுக்கமும் பண்பாடும் அழிவதற்குக் காரணமான அழகு அமையக்கூடாது. ஒழுக்கத்தையும் அறிவையும் பண்பாட்டையும் வளர்க்கின்ற கருவியாகப் பயன்பட வேண்டும், தூய அழகு" அந்த ஊருக்குள் நுழையும்போது பரணருக்கு இத்தகைய சிந்தனைகளே உண்டாயின.

அங்குமிங்கம் ஊருக்குள் அலைந்து திரிந்த பின்னர் பேகனைக் கவர்ந்த அழகியின் வீட்டைக் கண்டுபிடித்தார்.

பேகன் உள்ளேதான் இருந்தான். பரணர் வாயிலில் நின்று கூப்பிட்டார். முதலில் ஒரு பெண்ணின் தலை உள்ளிருந்து தெரிந்தது.அந்த அழகிய முகம்,போதையூட்டுகிற அந்தக் கவர்ச்சி, பரணரே ஒரு கணம் தம் நிலை மறந்தார். அவள்தான் பேகனை மயக்கிய பெண்ணரசியாக இருக்க வேண்டும் என்று அவருக்குத் தோன்றியது.

பெண்ணின் தலை மறைந்ததும் பேகன் வெளியே வந்தான்.

அப்போதிருந்த அவன் தோற்றத்தைக் கண்டு புலவருக்குப் பரிதாபம் ஏற்பட்டது. கலைந்து பறக்கும் தலைமயிர்; பூசிய சந்தனம் புலராத மார்பு; கசங்கிய ஆடைகள்; சிவந்த விழிகள். அவனை நோக்கிய அவர் கண்கள் கூசின. வீட்டுவாயிலில் போற்றி வணங்கத்தக்க புலவர் வந்து நின்று கொண்டிருப்பதைக் கண்ட பேகன் அந்த நிலையில் திருடனுக்குத் தேள் கொட்டினாற்போல விழித்தான்.

"நான் இப்போது என் கண்களுக்கு முன்பு யாரைக் காண்கிறேன்? கடையெழு வள்ளல்களில் ஒருவனும் ஒழுக்கம் மிகுந்தவனுமாகிய பேகனா, என் முன் நிற்பது?"

பரணருடைய சொற்கள் பேகன் மனத்தில் தைத்தன. அவன் பதில் பேசவில்லை. அப்படியே குனிந்த தலை நிமிராமல் நின்றான்.

"பேகன் கருணை மிகுந்தவன் என்றல்லவா எல்லோரும் சொல்கிறார்கள்? தோகை விரித்தாடும் மயிலைக் கண்டு குளிரால் நடுங்குவதாக எண்ணிக்கொண்டு போர்வையை எடுத்துப் போர்த்திய வள்ளலாமே அவன்?"

வார்த்தை அம்புகளைத் தாங்கிக்கொண்டு அடித்து வைத்த சிலையென நின்றான் பேகன். "ஏதேதோ வீண் சந்தேகப்படுகிறேனே நான்? நீதான் பேகனாக இருக்கவேண்டும். உன்னைப் பார்த்தால் பேகன் மாதிரிதான் இருக்கிறது."

"போதும்! பரணரே! இன்னும் என்னை வார்த்தைகளால் கொல்லாதீர்கள். நான்தான் நிற்கிறேன். உங்கள் பழைய பேகன்தான். வேண்டியதைக் கேட்டு வாங்கிக்கொண்டு போகலாம்."

அவனால் பொறுக்க முடியவில்லை. அவருக்குப் பதில் கூறிவிட்டான். பதிலில் தன் குற்றத்தை உணர்ந்த சாயையைவிட ஆத்திரத்தின் சாயைதான் மிகுதியாக இருந்தது.

"ஓகோ என் ஒழுக்கத்தைப் பற்றிக் கேட்க நீர் யார்? நீர் ஏதாவது பரிசில் பெற்றுப்போக வந்திருந்தால், அதை கேட்டு வாங்கிக் கொண்டு செல்லுங்கள்" என்று நீ கோபப்படுகிறாய் போலிருக்கிறது.

"ஆமாம்! கோபம்தான். வீணாக என் மனத்தை ஏன்

புண்படுத்துகிறீர்? விருப்பமிருந்தால் உமக்கு வேண்டிய பரிசிலைக் கேட்டுவாங்கிக்கொண்டுஎன்னை விடும்.என் விருப்பப்படி நான் இருந்தால் அதைக் கேட்க நீர் யார்?"

பேகனுக்கு உண்மையிலேயே கோபம்தான் வந்துவிட்டது.

"அப்படியா? சரி! நான் எனக்கு வேண்டிய பரிசிலைக் கேட்கட்டுமா?"

"நன்றாகக் கேளும்! மறுக்காமல் தருகிறேன். கொடுப்பதில் என்றும் எப்போதும் எந்த நிலையிலும் நான் பின்வாங்கு வதில்லை.ஆனால் என் சொந்த வாழ்க்கைவிருப்பங்களில் மட்டும் பிறர் தலையிட வந்தால் நான் அதை விரும்பவில்லை."

"நான் விரும்பியது எதுவாக இருந்தாலும் கேட்கலாமல்லவா?"

"திரும்பத் திரும்ப விளையாடுகிறீரா என்னோடு? உமக்கு வேண்டுமென்பதைக் கேளுமே!" "இதோ என் விருப்பத்தைக் கேட்கிறேன். எனக்கு நீதான் வேண்டும்."

"என்ன?" பேகன் திடுக்கிட்டான். "ஏன் விழிக்கிறாய்? விரும்பியதைக் கேள்' என்றாய், கேட்டுவிட்டேன். நீ சொன்ன சொல் தவறும் வழக்கத்தை இன்னும் மேற்கொள்ளவில்லையானால் சொன்னபடி உன்னை எனக்குக் கொடு!"

"நானா வேண்டும்? என்ன விளையாட்டு இது புலவரே? நான் எதற்கு உமக்கு? என்னை வைத்துக்கொண்டு என்ன செய்யப் போகிறீர்?"

"என்ன வேண்டுமானாலும் செய்வேன். அதைக் கேட்க நீ யார்? முதலில் வாக்கைக் காப்பாற்று."

"சரி? என்னையே கொடுக்கிறேன். இதோ எடுத்துக் கொள்ளும் உம் விருப்பப்படி செய்யும்."

"மகிழ்ச்சி, அரசே இப்போது நீ என் உடைமை. ஆகையால் நான் சொல்லுகிறபடியெல்லாம் கேட்க வேண்டும்."

"ஆம் கேட்டுத்தான் ஆக வேண்டும்."

"அப்படியானால் இப்போது என்னோடு புறப்படு! போகலாம்."

"எங்கே புறப்பட வேண்டும், பரணரே எதற்காக" பேகன் தயக்கத்தோடு கேட்டான்.

"எங்கே, எதற்காக என்றெல்லாம் கேட்க நீ என்ன உரிமை பெற்றிருக்கிறாய்? நீ எனக்குச் சொந்தம். நான் கூப்பிடுகிறேன். வா! தயங்குவதற்குக்கூட உனக்கு உரிமை இல்லையே?"

வேறு வழியில்லை. தட்டிக் கழிக்க முடியாமல் பரணரைப் பின்பற்றி நடந்தான் பேகன், பரணர் முன்னால் நடந்தார். தனக்கு மன மயக்கமூட்டிய அந்த அழகியின் வீட்டைத் திரும்பி நோக்கிக் கொண்டேபேகன் வேண்டா வெறுப்பாகச் சென்றான்.இருவரும் ஒரு தேரில் ஏறிக் கொண்டு தலைநகரை நோக்கிச் சென்றனர். பரணர் அவனை அரண்மனைக்குள் அழைத்துக்கொண்டு போனார். இருவரும் அந்தப்புரத்திற்குள் நுழைந்தனர். புலவர் பேகனின் மனைவி கண்ணகியிடம் அவனை அழைத்துக் கொண்டு போனார்.

புலவரும் தன் கணவனும் வருவதைக் கண்ட கண்ணகி கண்ணிரைத் துடைத்துக் கொண்டு எழுந்திருந்து நின்றாள்.

"பேகா எனக்குச் சொந்தமான உன்னை நான் இவளுக்குக் கொடுத்திருக்கிறேன். இனிமேல் நீ இந்தக் கண்ணகி ஒருத்திக்குத்தான் உரியவன். உடல் மட்டுமில்லை, உன் உள்ளமும் இவளுக்கே உரிமை!"

கண்ணகிக்கு ஒன்றுமே புரியவில்லை. பேகன் தலைகுனிந்து நின்றான். புலவர் இருவரையும் மனத்திற்குள் வாழ்த்திக் கொண்டே அங்கிருந்து சென்றார். ஒரு பெண்ணுக்கு அவளுடைய உயிரினும் சிறந்த பொருளை மீட்டுக் கொடுத்த பெருமை அவருக்கு சாதாரணமான பெருமையா அது?

"மடத்தகை மாமயில் பணிக்குமென் றருளிப்
படாஅம் ஈத்த கெடாஅ நல்லிசைக்
கடாஅ யானைக் கலிமான் பேக
பசித்தும் வாரேம் பாரமும் இலமே!
களங்கனி அன்ன கருங்கோட்டுச் சீறியாழ்
நயம்புரிந்துறையுநர் நடுங்கப் பண்ணி

அறஞ்செய் தீமோ அருள்வெய் யோயென
இஃதுயாம் இரந்த பரிசில் அஃதிருளின்
இனமணி நெடுந்தேர்ஏறி
இன்னா துறைவி அரும்படர்களைமே" (புறநானூறு-145)

மடத்தகை =மெல்லிய இயல்பையுடைய, பனிக்கும் =
குளிரும், படாஅம் = போர்வை, கெடாஅ = கெடாத, இசை = புகழ்,
கடாஅ = மதம், கலிமான்= எழுச்சியையுடைய குதிரைகள்,
கருங்கோடு = கரிய கோட்டை உடைய, அருள் வெய்யோய்=அருளை
விரும்புகிறவனே, இன்னாதுறைவி = துயரத்தோடு வசிக்கின்ற
கண்ணகி, அரும்படர் = அரிய துன்பம், களைமே = போக்குவாயாக.

(மேலே கண்ட நிகழ்ச்சிகள் பாடலின் கருத்தைத் தழுவி
எழுதியவை).

6. அடிப்படை ஒன்றுதான்

"உலகில் அங்கு இங்கு என்னாதபடி எங்கும் பரந்து வாழும் மனித குலத்திற்குள், வாழும் முறையாலும் துறையாலும் வேறு பாடுகள் காண்கிறோம். ஆனால் வாழ்க்கை என்ற ஒன்றின் மூலமான அடிப்படையில் வேறுபாடு இருக்கிறதா? 'மனித வாழ்க்கை' என்ற ஒரு பொதுவான தத்துவத்தில் வேறுபாடு இருப்பது பொருந்துமா? இருக்கத்தான் முடியுமா? வாழ்க்கையின் சூத்திரக் கயிறு தொடங்கும் இடத்தையே ஆராய்ந்து பார்க்க விரும்பும் இந்தத் தத்துவரீதியான வினா நக்கீரர் என்ற பெரும் புலவருக்கு எழுந்தது. இன்றைக்குப் பலநூறு ஆண்டுகளுக்கு முன்னால் வாழ்ந்த அவருக்குத் தோன்றிய இந்த எண்ணம், இந்த எண்ணத்தின் விளைவான உண்மை ஆகிய விவரங்களைத்தானே இப்போது வாழும் தத்துவ ஞானிகளும் காண முயன்றும் கண்டு பேசிக் கொண்டு மிருக்கின்றார்கள்?

காலம், காலத்தின் மனிதர்கள், இவர்கள் வேண்டுமானால் மாறலாம். ஆனால் அந்தக் காலமும் அதன் மனிதர்களும் வாழ்க்கையை இயக்கிக்கொண்டு செல்லும் 'மண்' ஒன்றுதானே? இந்த ஒரே மண்ணை நிலைக்களனாகக்கொண்டு நேற்று அவர்கள் வாழ்ந்தார்கள். இன்று நாம் வாழ்கின்றோம். இனி நாளை வருபவர்களும் வாழ்வார்கள். எனவே நக்கீரருக்குப் பயன்பட்ட அதே ஆராய்ச்சி இன்றையத் தத்துவதரிசிகளுக்கும் பயன்படுவதில் வியப்பதற்கு ஒன்றும் இல்லையே? ஆதார பூமியான மண் ஒன்றாக மாறாதிருப்பதைப் போலவே வாழ்க்கையின் ஆதார சுருதியான தத்துவங்களும் என்றும் ஒரே நிலையில் இருப்பவையே!

அச்சு நாகரிகமும், பேச்சு மேடைகளும், தத்துவத்தை விருப்பப் பாடமாகப் போதிக்கும் பல்கலைக் கழகங்களும் இல்லாத ஒரு காலத்தில் வாழ்ந்த புலவர் இந்த நக்கீரர். ஆனால் இவர் கண்ட உண்மையோ, மேற்கண்ட எல்லா வசதிகளும் நிறைந்திருக்க

வாழும் நம் காலத்திலும் பழமையானதாக எண்ணமுடியாத
புதுமையுடன் இருக்கின்றது. இது விந்தை அன்று. தத்துவத்தின்
சரித்திரம் என்றுமே இப்படித்தான். 'தத்துவம்' என்பது ஒரு
பொன்மலர். அது வாடாது மணக்கவும் மணக்காது. ஆனால் தன்
நிலையில் தானாக என்றும் இருந்து கொண்டே இருக்கும்.
இல்லையென்றால் காரல்மார்க்ஸ் தொடங்கி, காந்தியடிகள்வரை
வாழ்வின் அடிப்படையைப்பற்றி என்ன கூறியிருக்கிறார்களோ,
அவைகளை மாறுபடுத்தாமல் நக்கீரரின் பழங்கருத்தும் விளங்கிட
முடியுமா? அப்படித்தான் எந்த ஒரு பெரிய தத்துவத்தை நக்கீரர்
கண்டுபிடித்துவிட்டார்? ஆம்! உண்மையிலேயே வாழ்வின் மிகப்
பெரிய தத்துவம்தான் அது!

கடைச் சங்கத்திலுள்ள புலவர் நாற்பத் தெண்பதின்மர்க்கும்
தலைவர் அவர். 'நக்கீரர்' என்ற பெயரைக் கேட்டாலே போவிப்
புலமையைக் கருவியாகக் கொண்டு வாழுபவர்கள் நடுங்குவார்கள்.
சங்கத்தை வளர்த்துவரும் பாண்டியன் உக்கிரப் பெருவழுதியினிடம்
அவருக்கு நல்ல செல்வாக்கு அவருடைய புலமையாலும் கலைத்
திறனாலும் அவனிடம் அத்தகைய செல்வாக்கைப் பெற்றிருந்தார்
அவர்.

ஒரு சமயம் சங்கப் புலவர்கள் யாவரும் கூடியிருந்த
அவையில் பாண்டிய மன்னன் புலவர்களை நோக்கி ஒரு ஐயத்தை
வெளியிட்டான். "குபேரன் முதல் கோவணாண்டிவரை வாழ்க்கைக்
கயிற்றில் ஒரே நூலில் கோக்கப்பட்டிருந்தும் அவர்களுக்குள்
தகுதியினால் வேறுபாடு ஏன்? அடிப்படையில் ஒற்றுமை என்பதே
கிடையாதோ?"

பாண்டியனுடைய இந்த வினாவே அர்த்தமற்ற தாகப்பட்டது,
புலவர்களில் அநேகருக்கு 'என்ன நோக்கத்தோடு இதை அவன்
கேட்கிறான்?' என்பதும் அவர்களுக்கு விளங்க வில்லை. அவர்கள்
திகைத்துப் பேசாமல் இருந்துவிட்டார்கள். நக்கீரரால் மட்டும் அப்படி
இருக்க முடியவில்லை. அவர் விடை கூறினார்:

"மன்னர் மன்னவா! ஜீவனம் என்ற ஒரே வரிசையில் உலக

நூலில் உயிர் முத்துக்கள் பரம்பொருளால் தொடுக்கப்
பெற்றிருக்கின்றன. அவைகளில் ஏற்றத்தாழ்வு என்பது காணும்
கண்களாலே ஏற்படும் ஒரு வகை மயக்க உணர்வே ஒழிய,
உண்மையாக நோக்கினால் வாழ்வின் அடிப்படையில் ஒருமை தான்
உலகெங்கும் நிலவுகிறது!"

"புலவர் பெருந்தகையே! உங்கள் விடை எனக்கு மிகவும்
மகிழ்ச்சி ஊட்டுகின்றது. ஆனால் வாழ்க்கை அடிப்படையின் 'அந்த
ஒருமைப் பாட்டை' எனக்கு நீங்களே விளக்கிக் காட்டினீர்களாயின்
நலமாயிருக்கும் என்று எண்ணுகின்றேன்."

"நல்லது அரசே! என்னால் நிரூபித்துக் காட்டுவதற்கு
முடியும். ஆனால் அதற்குத் தாங்கள் என்னுடைய நிபந்தனை
ஒன்றையும் அங்கீகரித்துக் கொள்ளவேண்டி நேரிடுகிறது"

"என்ன நிபந்தனை? கூசாமல் கூறுங்கள் நக்கீரரே!"

"இந்த அரியணை, இந்த அரண்மனை, வனப்பு வடிவமான
இந்த மதுரை மாநகரம் எல்லாவற்றையும் ஒரே ஒரு நாள் நீங்கள்
துறந்து என்னோடு புறப்படவேண்டும் அரசே!"

"நக்கீரரே! நீங்கள் என்ன சொல்லுகிறீர்கள்? எனக்கு நீங்கள்
சொல்வது ஒன்றும் விளங்கவில்லையே? எங்கே புறப்பட வேண்டும்
நான்? எதற்காகப் புறப்பட வேண்டும்?"

"பொதியமலைக் காடுகளுக்கு என்னோடு புறப்பட வேண்டும்
அரசே! வாழ்க்கையின் அடிப்படை ஒருமையைத் தெரிந்து
கொள்வதற்காக"

"வாழ்க்கையின் 'அடிப்படை ஒருமை' என்பது ஏதாவது ஒரு
மூலிகையா என்ன, பொதியமலைக்காட்டில் அது கிடைப்பதற்கு?
பொதியமலைக் காட்டுக்கு ஒரு நாள் உம்மோடு நான் வந்தால் அது
விளங்கிவிடுமா?"

"உடலுக்கு மூலிகை மட்டும் மலைகளிலே கிடைக்கவில்லை
அரசே! அகண்டாகாரமான இந்தப் பேருலகத்தில் 'வாழ்வு' என்ற ஒரு
தத்துவப் புதிருக்கு வேண்டிய மூலிகைகள் இரண்டே இரண்டு
இடங்களில்தான் கிடைக்கின்றன அரசே! ஒன்று மலை மற்றொன்று

கடல்"

"வீண் விவாதம் எதற்கு நக்கீரரே? ஒரு நாள் என்ன? ஒரு வாரம் ஆனாலும் உம்முடன் பொதியமலைக் காடுகளில் சுற்று வதற்கு நான் தயார்! 'தத்துவம்' எப்படியாவது விளங்கினால் சரி."

2

அரசவையில் இந்த விவாதம் நடந்து முடிந்த இரண்டு நாட்களுக்குப் பின் எளிய உடையும், தோற்றமும் கொண்டு நக்கீரரைப் பின்பற்றிப் பொதியமலைக் காடுகளில் சுற்றிக் கொண்டிருந்தான் பாண்டியன் உக்கிரப் பெருவழுதி.

காட்டு வழியில் நடந்து சென்று கொண்டே இருக்கும்போது திடீரென்று நக்கீரர் பாண்டியனுக்கு ஒரு மரத்தடியைச் சுட்டிக் காட்டினார். அவன் பார்த்தான். ஆச்சரியத்துக்குரிய எந்தக் காட்சியும் அங்கே மரத்தடியில் தென்படவில்லை. காட்டுப் பகுதிகளில் சர்வ சாதாரணமாக நடக்கக்கூடிய ஒன்றைத்தான் அவன் அங்கே கண்டான்.

குரூரமான தோற்றத்தையுடைய ஒரு வேடன் அங்கே மரத்தடியில் வில்லும் கையுமாகக் காத்துக் கொண்டிருந்தான். அவன் கண்கள் சுற்றும்முற்றும் வேட்டைக்குரிய மிருகங்கள் எவையேனும் வருகின்றனவா என்று சுழன்று சுழன்று துழாவிக் கொண்டிருந்தன. பறவைகளைப் பிடிப்பதற்காகப் பக்கத்திலே அவனே வலையும் விரித்திருந்தான். ஆனால் வலையில் அன்று அதுவரை ஒரு பறவைகூடச் சிக்கியதாகத் தெரியவில்லை.

"அது சரி! பார்த்தாகிவிட்டது. இந்த வேடன் மரத்தடியில் வில்லோடு நின்று கொண்டிருப்பதிலிருந்து என்ன தத்துவம் கிடைக்கிறது நக்கீரரே?"பாண்டியன் கேட்டான்.

நக்கீரர் அவனுக்கு மறுமொழி சொல்லவில்லை; 'பொறு! பின்பு சொல்லுகிறேன்' என்பதற்கு அறிகுறியாகக் கையால் ஜாடை காட்டிவிட்டு அவனையும் அழைத்துக்கொண்டு அந்த வேடனை நெருங்கினார்.

"ஏன் அப்பா, இப்படி வில்லும் கையுமாக இங்கேயே

33

காத்திருக்கிறாய்?” நக்கீரர் வேடனை நோக்கிக் கேட்டார்.

“அதையேன் கேட்கிறீர்கள் ஐயா? நேற்று நடு இரவிலிருந்து காத்துக் கிடக்கிறேன். உறக்கமில்லை. உணவில்லை.இதுவரை ஒரு மிருகம்கூட வேட்டைக்கு அகப்படவில்லை. போங்கள்!”

வேடனின் இந்த மறுமொழியைக் கேட்டு நக்கீரர் பாண்டியன் உக்கிரப் பெருவழுதியைப் பார்த்து ஒரு இளநகை புரிந்தார். ஆனால் நக்கீரர் எதற்காகத் தன்னை நோக்கி அப்படி நகைத்தார் என்பதன் விளக்கமே பாண்டியனுக்கு அப்போது தெளிவாகவில்லை.

“ஆமாம்; நீ ஏன் காட்டிலுள்ள மிருகங்களை வேட்டையாடுகின்றாய்? வேறு வகையில் நீ வாழ முடியாதா?” நக்கீரருடைய இந்த இரண்டாம் கேள்வி அந்த வேடனைச் சற்றே திடுக்கிடும்படியாகச் செய்தது. ஆயினும் சமாளித்துக்கொண்டு விடை கூறினான் அவன்.

“ஐயா! உண்டு, உடுத்து வாழ வேண்டிய மனிதன்தானே நானும்? மிருகங்களை வேட்டையாடுவது இழிதொழில்தான். ஆனால், நான் இந்தத் தொழிலை விட்டுவிட்டால் உண்ண இறைச்சிக்கும், உடுக்கத் தோலுக்கும் எங்கே போவேன்? கல்வியறிவற்ற காட்டுப்பயலான எனக்கு வேறு எந்தத் தொழிலும் தெரியாதே ஐயா!”

வேடன் இந்த விடையைக் கூறி முடித்ததும் நக்கீரர் மீண்டும் பாண்டியனை நோக்கிப் பொருள் பொதிந்த சிரிப்பு ஒன்றை வெளியிட்டார். பாண்டியனுக்கோ அதன் பொருள் இப்போதும் விளங்கவில்லை. 'தன் சிரிப்பின் பொருளை உக்கிரப் பெருவழுதி இன்னும் சரியாக உணர்ந்து கொள்ளவில்லை' என்பதை அவனுடைய முகக் குறிப்பிலிருந்தே நக்கீரர் அனுமானித்துக் கொண்டார்.

“அரசே! போகலாமா?” நக்கீரர் பாண்டியன் காதருகே மெல்லிய குரலில் கேட்டார். இருவரும் அந்த வேடனிடம் விடை பெற்றுக் கொண்டு புறப்பட்டனர். சிறிது தொலைவு வந்ததும், “இந்த வேடன் மறுமொழி கூறிய போதெல்லாம் என்னைப் பார்த்து

நகைபுரிந்தீர்களே, அதற்கு அர்த்தமென்ன?" பாண்டியன் கேட்டான்.

"அதற்கு அர்த்தம் இருக்கத்தான் இருக்கிறது! அந்த அர்த்தத்தைச் சொல்லுவதற்கு முன்னால் உன்னிடமும் சில கேள்விகளை நான் கேட்க வேண்டியிருக்கிறது. தயவு செய்து சினமோ ஆத்திரமோ அடைந்துவிடாமல் தவறாகவும் புரிந்து கொள்ளாமல் என்னுடைய அந்தக் கேள்விகளுக்கு அமைதியாக நீ பதில் கூறவேண்டும்."

"சரி நக்கீரரே! கேளுங்கள், பதில் கூறுகிறேன்."

"அரசே! உங்களுக்கும் இந்த வேடனுக்கும் ஏதாவது ஒற்றுமையைக் காண்கின்றீர்களா? இல்லையா?"

"என்ன நக்கீரரே! இப்படிக் கேட்கிறீர்கள்? நான் பாண்டி நாட்டுப் பேரரசன், இவன் வெறும் காட்டு வேடன், படிப்பறிவற்றவன்; நாகரிகமற்றவன்.இவனுக்கும் எனக்கும் என்ன ஒற்றுமை இருக்க முடியும்? நீங்கள் என்னைக் கேள்வி கேட்கிறீர்களா? அல்லது கேலி செய்கிறீர்களா?"

"நீங்களும் ஒரு மனிதன்! நானும் ஒரு மனிதன்! இந்த வேடனும் ஒரு மனிதன்தான்; இந்த ஓர் ஒற்றுமையையாவது நீங்கள் ஒப்புக் கொள்ள முடியுமா இல்லையா?"

"சரி! இவனையும் ஒரு மனிதன் என்றே வைத்துக் கொள்வோம்! அப்புறம். மேலே கூறுங்கள்..."

"பாண்டிய மன்னா! உனக்கும் எனக்கும் இந்த வேடனுக்கும் இன்னும் எண்ணற்ற எல்லா மனிதர்களுக்கும் உயிர்வாழ உணவும், மானத்தை மறைக்கத் துணியும் என்ற இந்த இரண்டு தேவையும் அவசியம்தானே? இதில் ஏதும் வேற்றுமை கற்பிக்க முடியாது அல்லவா?"

"ஆமாம்! உணவு, உடை இவை பொதுவானவைதான்? மேலே சொல்லுங்கள்:"

"மன்னராகிப் பிறருக்குச் சிறிதும் உரிமையின்றிக் கடல் சூழ்ந்த ஒரு நாடு முழுவதையுமே ஒரு குடைக்கீழ் ஆளும் பேரரசன் நீ! ஆனால் எனக்கும் இந்த வேடனுக்கும் உனக்கும் இறைவன்

அளித்திருக்கும் கைகால் முதலிய அவயவங்கள் 'கூடக் குறையவா'
இருக்கின்றன."

"இல்லை வேடனுக்கும் உங்களுக்கும் அரசனாகிய எனக்கும்
- ஏன் எல்லோருக்குமே இறைவன் கொடுத்த உடல் ஒரே
அமைப்புள்ள உடல்தான்."

"அரசே செல்வத்தாலும் பதவியாலும், உங்களுக்கும் இந்த
வேடனுக்கும் வேறுபாடு இருக்கலாம்! உனக்குச் செல்வத்தைக்
கொடுத்த இறைவனும், வேடனுக்கும் உனக்கும் வேற்றுமை
கற்பித்துக் காட்ட ஒரு கருவியாக அதை அளித்தானில்லை.
பிறருக்கு ஈதல், அறம் செய்தல் முதலிய செயல்களுக்காகவே
அந்தச் செல்வத்தை உங்களிடம் அளித்துள்ளான் இறைவன். அதை
நீங்களாகவே அனுபவித்து விடவும் முடியாது. அனுபவித்தால் அது
உங்களிடம் நிலைக்கவும் நிலைக்காது. விரைவில்
தப்பிச்சென்றுவிடும்.எனவே கடல் சூழ்ந்த உலகத்தைத் தன் ஒரே
வெண் கொற்றக்குடைக்கீழ், பிறரெவர்க்கும் சொந்தமின்றி ஆளும்
ஏகச்சக்ராதிபதிக்கும், இரவும் பகலும் தூங்காமல் வில்லால்
வயிற்றுக்கு உணவும் உடலுக்கு உடையும் தேடும் படிப்பறிவில்லாத
இந்த வேடனுக்கும் வாழ்க்கை அடிப்படை ஒன்றுதான்!" நக்கீரர் கூறி
நிறுத்தினார்.

பாண்டியன் உக்கிரப்பெருவழுதி நக்கீரரைக் கைகூப்பி
வணங்கினான். "பாவலர் திலகமே! உண்மை புரிந்துவிட்டது.
அடிப்படை ஒன்றேதான்" என்ற சொற்கள் பாண்டியனிடமிருந்து
வெளிவந்தன.

தெண்கடல் வளாகம் பொதுமை இன்றி
வெண்குடை நிழற்றிய ஒருமை யோர்க்கும்
நடுநாள் யாமத்தும் பகலும் துஞ்சான்
கடுமாப் பார்க்கும் கல்லா ஒருவற்கும்
உண்பது நாழி உடுப்பவை இரண்டே
பிறவும் எல்லாம் ஒரொக் கும்மே
செல்வத்துப் பயனே ஈதல்

துய்ப்பேம் எனினே தப்புந பலவே (புறநானூறு -189)

தெண்கடல் = தெளிந்த கடல், வளாகம் = உலகம், பொதுமை = பிறருக்கும் உரிமை, ஒருமையோன் = ஏகச்சக்ராதிபதி, துஞ்சான் = - துங்காமல், கடுமா = வேகமாக ஓடும் மிருகங்கள், கல்லா ஒருவன் படிப்பறிவற்ற வேடன், துய்ப்போம் = அனுபவிப்போம், தப்புந தப்பக்கூடியவை.

7. நட்பின் கதை

சோழநாட்டுக் கோநகராகிய உறையூர், அழகும் இயற்கை வளமும் மிக்க காவிரியாற்றின் கரை, மேடும் பள்ளமுமாகத் தென்படுகிற வெண் மணற்பரப்பின் நடுவே பலர் கூடி நின்று கொண்டிருக்கிறார்கள். அவ்வளவுபேர் முகங்களிலும் சோகம் குடி கொண்டிருந்தது. அது எத்தகைய சோகம் தெரியுமா? பிரிய முடியாததைப் பிரியும்போது, இழக்க முடியாததை இழக்கும் போது ஏற்படுகின்ற சோகம்.

கூட்டத்தின் நடுவே அரசர்க்கரசனான கோப்பெருஞ் சோழன், எளிய உடையுடுத்து, வடக்கு நோக்கி வீற்றிருந்தான். அவனைச் சுற்றிச் சதுரமாக ஒருசிறிது பள்ளம் உண்டாக்கப் பட்டிருந்தது. மணல் மேல் தருப்பைப் புற்கள் பரப்பப் பட்டிருந்தன. எதுவும் பேசத் தோன்றாமல் சுற்றி நின்றவர்கள் அவனையே பார்த்துக் கொண்டிருந்தார்கள்.

நேற்றுவரை அரச வாழ்வில் இன்புற்று மகிழ்ச்சியோடு வாழ்ந்து வந்த ஒர் அரசன், இன்று வாழ்வை வெறுத்துச் சாகின்றவரை உண்ணா நோன்பு இருக்கத் துணிந்துவிட்டான்! வடக்கு நோக்கி இருந்தே வாழ்க்கையை முடித்துக் கொள்ளக் கருதிவிட்டான்.அவனோடு உயிருக்குயிராகப் பழகிய நண்பர்கள், புலவர்கள் எல்லோரும் பிரிய மனமில்லாமல் அங்கேயே நின்று கொண்டிருந்தார்கள்.

“பொத்தியாரே! நீர் ஓர் ஏற்பாடு செய்யும்...”

கூட்டத்திலிருந்த பொத்தியார் என்ற புலவர் முன்னால் வந்து சோழனுக்கருகே கைகூப்பி வாய் புதைத்து வணக்கமாக நின்று கொண்டு, “என்ன வேண்டும் அரசே! கட்டளை எதுவோ அதை நிறைவேற்றக் காத்திருக்கிறேன்!”

“என் உயிர் நண்பர் பிசிராந்தையார் யான் வடக்கிருப்பதைக் கேள்விப்பட்டுத் தாமும் வடக்கிருந்து உயிர் நீப்பதற்காக இங்கே

வருவார். அப்படி வந்தால்..."

"வந்தால் என்ன செய்ய வேண்டும்!" - "வேறு ஒன்றும் செய்ய வேண்டாம். இதோ இங்கே எனக்கு அருகில் அவரும் வடக்கிருப்பதற்கு ஓர் இடத்தை ஒழித்து வைக்க வேண்டும்."

சோகம் நிறைந்த அந்தச் சூழ்நிலையிலும் கூட்டத்தில் சிலருக்குச் சிரிப்பு வந்துவிட்டது.அவர்கள் சிரிப்பிற்குக் காரணம் சோழனுடைய அந்தப் பேச்சுத்தான். பொத்தியாருக்கே சிரிப்பு வந்தது. வலிய அடக்கிக் கொண்டுவிட்டார்.

ஆனால் எப்படியோ சோழன் செவிகளில் இரண்டொரு சிரிப்பொலிகள் விழுந்துவிட்டன.

"நீங்கள் ஏன் சிரிக்கிறீர்கள்? உங்களுக்கு நான் சொல்வது வேடிக்கையாகத் தோன்றுகிறதா?"

"தாங்கள் கூறுவதை எங்களால் நம்ப முடியவில்லை அரசே! பிசிராந்தையார் உங்களுக்கு உயிர் நண்பர் என்று சொல்லு கிறீர்கள்! ஆனால் நீங்களும் பிசிராந்தையாரும் இன்றுவரை ஒருவருக் கொருவர் நேரில் சந்தித்துக் கொண்டதுகூட இல்லை. ஒருவரை ஒருவர் காணாமல், கேட்டுவிட்டு மட்டும் பழகியிருக்கும் இந்த நட்புக்காக அவர் உங்களோடு வடக்கிருக்க வருவாரா?"

"ஆம் அரசே! நட்பு வேறு; உயிர் வேறு. மனத்தளவில் நிற்கின்ற நட்பிற்காக உயிரைக் கொடுக்க எவரும் முன்வர மாட்டார்கள். நெருங்கிப் பழகியவர்களின் நட்பே இத்தகைய தானால் கண்ணால் காணாமலே பழகிய நட்புக்காக யாராவது உயிரைக் கொடுக்க முன்வருவார்களா?"

"நான் சொல்வதை அரசர் நிச்சயமாக நம்பலாம். பிசிராந்தையார் உறுதியாக வடக்கிருக்க இங்கு வரமாட்டார்"

"அதில் சந்தேகமென்ன? பாண்டி நாட்டில், எங்கோ ஒரு மூலையில், ஏதோ ஒரு சிற்றூரில் வசிக்கும் பிசிராந்தையார் சோழ நாட்டுக்கு வந்து அரசர் பெருமானுக்காகத் தம் உயிரையும் கொடுக்க வேண்டும் என்பது என்ன அவசியம்?"

சோழனைச் சுற்றியிருந்த சான்றோர்கள் எல்லோருமே

பிசிராந்தையார் வரமாட்டார் என்றே உறுதியாகக் கூறினர். சோழன் அவர்கள் கூறியதை எல்லாம் மறுமொழி கூறாமலே அமைதியாக இருந்து கேட்டான். ஆனால் அவன் மனத்திலிருந்த நம்பிக்கையின் உறுதி மட்டும் குன்றவே இல்லை. 'பிசிராந்தையார் வந்தே தீருவார்' என்று அவன் உள்மனத்திலிருந்து எழுந்து ஏதோ ஒருணர்வு அடிக்கடி வற்புறுத்திக்கொண்டேயிருந்தது.உடல்கள் இறுகக் கட்டித் தழுவுகின்ற நட்பைக் காட்டிலும் கண்ணால் காணாமலே மனங்கள் தழுவுகின்ற நட்புக்கு அதிக வன்மை உண்டென்று அவன் நம்பிக் கொண்டிருந்தான்.

"பொத்தியாரே! பிசிராந்தையார் கண்டிப்பாக வருவார். அவர் மனம் எனக்குத் தெரியும் என் மனம் அவருக்குத் தெரியும். நீர் மட்டும் நான் சொல்கிறபடி அவருக்கு இடம் ஒழித்து வைத்தால்போதும். வேறொன்றும் செய்ய வேண்டாம்"

"இடம் ஒழித்து வைக்கிறோம்! மாட்டேனென்று சொல்லவில்லை. ஆனால் தங்கள் நம்பிக்கைதான் எங்களுக்கு வியப்பை அளிக்கிறது."

"வியப்போ? வியப்பில்லையோ? இன்னும் சிறிது நேரம் பொறுத்துப் பாருங்கள். எல்லாம் தெரியும்."

"கோப்பெருஞ் சோழனுக்குக் கடைசிக் காலத்தில் சித்தப் பிரமை உண்டாயிருக்க வேண்டும். இல்லையென்றால் இப்படி ஒர் அசட்டு நம்பிக்கை ஏற்படுமா? யாரோ பிசிராந்தையாராம்? பாண்டி நாட்டில் இருக்கிறாராம். இவனுக்காக அவர் உயிர் விடுவதற்கு இங்கே வருவாராம்!" புலவர்கள் தங்களுக்குள் முணுமுணுத்துக் கொண்டனர். அவர்களுடைய அவநம்பிக்கை தான் அந்த முணுமுணுப்பிற்குக் காரணம்.

அரசன் கட்டளையை மறுக்க முடியாமல் பொத்தியார் இடம் ஒழித்து வைத்தார். பிசிராந்தையார் சோழனோடு சேர்ந்து நட்பிற்காக உயிர்விட வருவார் என்பதை அவரும் நம்பவில்லை.

ஒன்று, இரண்டு, மூன்று என்று நாழிகைகள் கழிந்து கொண்டிருந்தன. புலவர்கள் எல்லோரும் பொத்தியார் உள்பட

அங்கிருந்து புறப்பட்டுவிட்டனர். சோழன்தான் வடக்கிருந்து சாகப்போகிறான். அவர்களும் அவனோடு அங்கே அந்த வெயிலில் நின்று வருந்த வேண்டுமா என்ன? எனவேதான் அவர்கள் சோழனிடம் விடைபெற்றுக்கொண்டு புறப்பட்டு விட்டார்கள்.

கொதிக்கும் வெயிலில் சுடுகின்ற ஆற்று மணலையும் இலட்சியம் செய்யாமல் யாரோ ஒருவர் எதிரே வேகமாக நடந்து வந்து கொண்டிருந்தார். வெகு தொலைவு நடந்து வந்தவரைப் போலத் தோன்றிய அவரைத் திரும்பிச் சென்றுகொண்டிருந்த புலவர்களும் பொத்தியாரும் கண்டனர். அவர் யார்? அந்த வெயிலில் எங்கே போகின்றார்?' என்பதை அவர்களால் உய்த்துணரக்கூட முடியவில்லை.

"ஐயா! இங்கே காவேரிக்கரையில் கோப்பொருஞ்சோழன் வடக்கு நோக்கி உண்ணா நோன்பு இருக்கிறானாமே? அது எந்த இடத்தில்? உங்களுக்குத் தெரியுமானால் சொல்லுங்கள். நான் இந்த ஊருக்குப் புதியவன், நீங்கள் சொன்னால் எனக்கு மிகவும் உதவியாக இருக்கும்."

வெயிலில் நடந்து வந்து கொண்டிருந்தவர் பொத்தியாரை நோக்கிக் கேட்டார். பொத்தியார் அந்த மனிதரை மேலும் கீழுமாக ஏற இறங்கப் பார்த்தார். பின்பு மறுமொழி கூறினார். "ஏன்? கோப்பெருஞ் சோழனிடம் உமக்கு என்ன காரியம்? நீர் எங்கிருந்து வருகிறீர்?"

"ஐயா! நான் பாண்டிய நாட்டிலிருந்து வருகிறேன். என் பெயர் பிசிராந்தையார். கோப்பெருஞ் சோழனுக்கு உயிருக் குயிரான நண்பன்.அவனை உடனே பார்க்க வேண்டும்"

பொத்தியாருக்கும் உடனிருந்த புலவர்களுக்கும் பெருந் திகைப்பு ஏற்பட்டது. பொத்தியாருக்கு வந்தவரை மேலும் ஆழம் பார்க்கத் தோன்றியது.

"ஓ! நீங்கள்தாம் பிசிராந்தையாரோ? இப்போது சோழனைக் கண்டு என்ன செய்யப் போகிறீர்கள்?"

"அவனோடு சேர்ந்து நானும் வடக்கிருந்து என் உயிரைவிடப்

41

போகின்றேன்"

பொத்தியாரும் மற்றவர்களும் அப்படியே பிசிராந்தையாரின் கால்களில் வீழ்ந்து வணங்கினர்."பிசிராந்தையாரே! நட்பு என்ற வார்த்தைக்கே நீர் ஒரு புதிய மதிப்பளித்துவிட்டீர் ஐயா! உம்மால் அந்தப் பதமே ஒரு அமரகாவியமாகிவிட்டது" என்றார் பொத்தியார். உடனேஅவரை அழைத்துச்சென்று சோழனிடம் சேர்த்தார். நட்பின் கதையை விளக்கும் நிகழ்ச்சியாகக் காவிரிக் கரையில் இரண்டு உயிர்கள் ஒன்றாயின. ஒன்றாகிய ஈருயிர்களும் உலகுக்கு ஓர் அரிய உண்மையைக் கொடுத்தன.

நினைக்கும் காலை மருட்கை உடைத்தே
எனைப்பெருஞ் சிறப்பினோடு ஈங்கிது துணிதல்
அதனினும் மருட்கை உடைத்தே பிறன்நாட்டுத்
தோற்றஞ் சான்ற சான்றோன் போற்றி
இசை மரபாக நட்புக் கந்தாக
இணையதோர் காலை ஈங்கு வருதல்
வருவன் என்ற கோனது பெருமையும்
அது பழுதின்றி வந்தவன் அறிவும்
வியத்தொறும் வியத்தொறும் வியப்பிறந் தன்றோ!

(புறநானூறு - 217)

மருட்கை = வியப்பு, இசை=புகழ், கந்து பற்றுக்கோடு, சான்றோன் = பிசிராந்தையார், கோன் = கோப்பெருஞ்சோழன், பழுதின்றி = பொய்யாகாமல், மரபு = வழக்கம், வியப்பிறந்தன்று = ஆச்சரியம் அளவற்றுப் பெருகுகிறது.

8. வீரக் குடும்பம்

"அதோ அந்தப் பெண்ணைப் பார்த்தீர்களா?" ஒக்கூர்
மாசாத்தியார் தம்மிடமிருந்த மற்றோர் புலவருக்குச் சுட்டிக்
காட்டினார்.

"அந்தக் குடிசை வாயிலில் தனியாக உட்கார்ந்து
கொண்டிருக்கிறாளே, அந்தப் பெண்ணைத்தானே சொல்லுகிறீர்கள்?"

"ஆமாம் அவளேதான்!"

"அவளுக்கு என்ன?" "சொல்லுகிறேன்! அந்தப் பெண்ணின்
வீரத்தையும், துணிவையும் இப்போது நினைத்தாலும்
அந்நினைவைத் தாங்க முடியாது என் நெஞ்சு அழிந்துவிடும்
போலிருக்கிறது."

"வெள்ளை உடையும் திலகமில்லாத நெற்றியும், பூவில்லாத
கூந்தலுமாகத் தோன்றுகிறாளே! அப்படியானால்."

"ஆம், அவள் கணவனை இழந்தவள்தான்."

"ஐயோ! பாவம். இந்தச் சிறு வயதிலேயா?"

"கணவனை மட்டும் என்ன? குடும்பம் முழுவதையும்
இழந்தாள் என்று கேட்டிர்களானால் இன்னும் வியப்பு அடைவீர்கள்."

"சொல்லுங்கள்! புனிதவதியாகத் தோன்றுகிற இவள் வரலாறு
முழுவதையும் அறிந்து கொள்ள ஆசைப்படுகிறேன்."

"வீரத்தையே கடவுளாக வணங்குகின்ற பழங்குடியில்
தோன்றியவள் இவள், உயிரையும் உடலையும்விடமானத்தையும்
ஆண்மையையும் பெரிதாகக் கருதுகின்ற குடும்பம் அது மூன்றாம்
நாள் வேற்றரசன் நம் நாட்டின் மேல் படையெடுத்து வந்தான்
அல்லவா? அன்று இவளுடைய தமையன் போர்க்களத்திற்குச்
சென்றான். இவளும் குடும்பத்தைச் சேர்ந்த மற்றவர்களும்
மகிழ்ச்சியோடு வழியனுப்பினர். வெற்றி வாகைசூடித் திரும்பி
வருமாறு அவனை வாழ்த்தினர். அவன் யானைகளை எதிர்த்துப்
போர்புரிவதில் வல்லவன். போரில் பகைவர்களின் யானைப்

படைகளைச் சின்னாபின்னாமாக்கினான். எல்லோரும் வியக்குமாறு
போர் செய்து இறுதியில் போர்க்களத்திலேயே இறந்து போனான்
அவன். வீட்டுக்கு வர வேண்டியவன் விண்ணகம் சென்றுவிட்டான்.
வெற்றிமாலை சுமக்க வேண்டிய தோள்கள் போர்க்களத்து
இரத்தத்தில் மிதந்தன. செய்தி யறிந்தது வீரக்குடும்பம். வருத்தமும்
திகைப்பும் வாட்டமும் ஒருங்கே அடைந்தது. ஆனால்
அவையெல்லாம் ஒரே ஒரு கணம்தான். மறுகணம் இவள் தன்
ஆருயிர்க் கணவனை அழைத்தாள்."

"நம் குடும்பத்தைப் பெயர் விளங்குமாறு செய்ய வேண்டும்.
நம்முடைய வகையில் யாராவது ஒருவர் போர்க்களத்தில்
இருந்தால்தான் அது முடியும்"

"ஆகா! நீ இதைச் சொல்லவும் வேண்டுமா? இதோ,
இப்போதே, நான் புறப்படுகிறேன். இந்தக் குடும்பத்தின், வீரப்
பெருமையைக் காப்பதில் உன் கணவனாகிய எனக்கும் பெருமை
உண்டு"

"நல்லது சென்று வெற்றி வாகை சூடி வாருங்கள்!" கண்களில்
நீர் மல்க அவள் விடை கொடுத்தாள். கடமை அவனைப் போருக்கு
அனுப்பியது! காதல் 'ஏன் அனுப்புகின்றாய்?' என்று கேட்டது.
காதலின் கேள்விதான் அந்தக் கண்ணீர்.

அவள் வழியனுப்ப அவன் புறப்பட்டுக் கொண்டிருந்தான்.
அப்போது வெளியே விளையாடச் சென்றிருந்த அவர்கள் புதல்வன்,
சிறுபையன் குடுகுடுவென்று எதிரே ஓடி வந்தான்.

"அப்பா! நீ எங்கேப்பா போறே? சீக்கிரமா, திரும்பி வந்துடுப்பா,
வராம இருக்கமாட்டியே!"

அவன், அவள், இருவர் கண்களையுமே கலங்கச் செய்து
விட்டது சிறுவனின் மழலை மொழிக் கேள்வி.

"ஆகட்டுண்டா! கண்ணு, சீக்கிரமாகத் திரும்பி
வந்துவிடுகிறேன்."

"நீ வல்லேன்னர நானும் ஒன்னெ மாதிரி கத்தி, வேலு
எல்லாம் எடுத்திக்கிட்டுச் சண்டை நடக்கிற எடத்துக்குத்தேடி

வந்துடுவேன்!"

பிரியும் வேதனையை மறந்து ஒரிரு விநாடிகள் அவர்களைச் சிரிப்பில் ஆழ்த்தியது குழந்தையின் அந்தப் பேச்சு.

அவன் சிறுவனிடமும் மனைவியிடமும் விடைபெற்றுக் கொண்டு போர்க்களம் நோக்கிச் சென்றான். அமைதியை வாழ வைக்கும் பூமியிலிருந்து ஆத்திரத்தை வாழவைக்கும் பூமிக்கு நடந்தான். அன்பை வணங்கும் பூமியிலிருந்து ஆண்மையை வணங்கும் பூமிக்குச் சென்றான். என்ன செய்யலாம்? அதுதானே கடமை!

போர்க்களத்தில் வரிசை வரிசையாக நின்ற பகைவர் படைகளின் இடையே ஆண்சிங்கத்தைப் போலப் புகுந்து போர் செய்தான் அவன். அதுவரை அந்தக் களத்தில் யாருமே கொன்றிருக்க முடியாத அத்தனை பகைவர்களைத் தான் ஒருவனாகவே நின்று அழித்தான். இறுதியில். இறுதியில் என்ன? முதல்நாள் அவள் தமையன் போய்ச்சேர்த்த இடத்துக்கு அவனும் போய்ச் சேர்ந்தான். வீரர்கள் வாழ வேண்டிய உலகம் இது இல்லையோ? என்னவோ?

கணவனின் மரணச் செய்தி அவளுக்குத் தெரிவிக்கப்பட்டது. சிறிதுநேரம் என்ன செய்வதென்றே தெரியவில்லை. அவளுக்கு. உணர்வுகள் மரத்துப் போயின. உடலும் மரத்துப் போய்விட்டது. அழக்கூடத் தோன்றாமல் சிலையென நின்றாள். தன் நினைவு வந்தபோதுகூட அவள் அழவில்லை. கணவனை இழந்தவள் செய்யவேண்டிய காரியங்களை மட்டும் அமைதியாகச் செய்தாள்.

நெற்றியில் திலகம் அழிந்தது.கழுத்தில் மங்கலத்தின் சின்னம் நீங்கியது. கூந்தல் பூவைப் பிரிந்தது. குண்டலங்கள் செவியைப் பிரிந்தன. தண்டை பாதங்களைப் பிரிந்தன. வளைகள் கையைப் பிரிந்தன, அவளைப் பிரிந்த அவனைப் போல,

அவனை விதி பிரித்துவிட்டது. இவைகளை அவளாகவே பிரித்துவிட்டாள். இதுதான் இதில் ஒரு சிறு வேறுபாடு. சிறுவனை அழைத்தாள். அவன் ஓடி வந்தான். அவள் அவனை அனைத்து உச்சி

மோந்தாள்.

"ஏம்மா! ஏதோ மாதிரி இருக்கே? கையிலே வளே எங்கேம்மா? காதுலே குண்டலம் எங்கேம்மா?"

"எல்லாம் இருக்குடா கண்ணு!"

"அப்பா ஏம்மா இன்னும் வரலே!"

"இன்னமே ஒங்கப்பா வரவே மாட்டார்டா கண்ணு; வர முடியாத எடத்துக்குப் போயிட்டார்டா" அவள் குழந்தையைக் கட்டிக் கொண்டு கோவென்று கதறி யழுதாள். சிறுவனுக்கு எதுவும் விளங்கவில்லை. அவன் மிரள மிரள விழித்தான்.

"இரும்மா! வரேன்" குழந்தை வேகமாக வீட்டிற்குள் போனான்.

"எங்கேடா போறே?" சிறுவன் உள்ளேயிருந்து கையில் எதையோ எடுத்துக்கொண்டு திரும்பி வந்தான்.

அவள் பார்த்தாள். அவன் கையில் ஒரு நீண்ட வேல் இருந்தது.துக்க முடியாமல் தூக்கிக்கொண்டுவந்தான்.அவள் நீர் வடியும் கண்களைத் துடைத்துக் கொண்டாள்.

"எதுக்குடா இது?"

"நான் போர்க்களத்துக்குப் போறேம்மா! அப்பாவெத் தேடப் போறேன்."

அவள் உள்ளம் பூரித்தது. புலிக்குப் பிறந்தது பூனையாய் விடுமா? என்று எண்ணிக் கொண்டாள். தொலைவில் அன்றைய போர் தொடங்குவதற்கு அறிகுறியாகப் போர்ப்பறை முழங்கிக் கொண்டிருந்தது.

"கொஞ்சம் இருடா கண்ணு!" அவன் கையில் இருந்த வேலை வாங்கிக் கீழே வைத்தாள். உள்ளே போய் ஒரு வெள்ளை ஆடையை எடுத்துக்கொண்டு வந்தாள். போருக்குச் செல்கிறவர்கள் கட்டிக் கொள்கிற மாதிரி அதை அவனுக்குக் கட்டிவிட்டாள். கருகருவென்று சுருட்டைவிழுந்து எழும்பிநின்ற அவன் தலைமயிரை எண்ணெய் தடவி வாரினாள். அவனால் தூக்க முடிந்த வேறு ஒரு சிறு வேலை எடுத்துக் கொண்டுவந்து அவன் கையில் கொடுத்தாள்.

"நான் போயிட்டு வரட்டுமாம்மா?"

"போயிட்டு வாடா கண்ணு!"

வாயில் வழியே போருக்குச் சென்று கொண்டிருந்த வேறு சில வீரர்களுடன் அவனையும் சேர்த்து அனுப்பினாள். சிறுவன் தாயைத் திரும்பித் திரும்பித் தன் மிரளும் விழிகளால் பார்த்துக் கொண்டே சென்றான். கணவன் இறந்த செய்தியைச் சிறுவன் அறிந்துகொள்ளாமல் அவனையும் தன் குடும்பத்தின் இறுதி வீரக் காணிக்கையாக அனுப்பிவிட்ட பெருமிதம் அவள் மனத்தில் எழுந்தது.

அந்தப் பெருமிதத்தோடு அவள் வீட்டு வாயிலிலேயே இன்னும் உட்கார்ந்து கொண்டிருக்கிறாள்!"ஒக்கூர் மாசாத்தியார் கூறிமுடித்தார். அதுவரை கேட்டுக் கொண்டிருந்த புலவரிட மிருந்து ஒரு நீண்ட பெருமூச்சு வெளிவந்தது.

ஒரு வீரக் குடும்பத்தின் புகழ் அந்தப் பெருமூச்சு வழியே காற்றுடன் பரவிக் கலந்தது!

கெடுக சிந்த கடிதிவன் துணிவே
மூதில் மகளிர் ஆதல் தகுமே
மேனாள் உற்ற செருவிற்கு இவள்தன்னை
யானை எறிந்து களத்தொழிந் தனனே
நெருநல் உற்ற செருவிற்கு இவள் கொழுநன்
பெருநிரை விலங்கி யாண்டுப்பட்டனனே
இன்றும் செருப்பறை கேட்டு விருப்புற்று மயங்கி
வேல்கைக் கொடுத்து வெளிதுவிரித் துடீஇப்
பாறுமயிர்க் குடுமி எண்ணெய் நீவி
ஒருமகன் அல்லது இல்லோள்
செருமுகம் நோக்கிச் செல்கென விடுமே. (புறநானூறு -279)

மூதில் மகளிர் = பழங்குடி மகளிர், மேனாள் = மூன்றாம் நாள், செரு=போர், உற்ற=நடந்த தன்னை = தமையன், எறிந்து= கொன்று, நெருதல்=நேற்று, கொழுநன் = கணவன், பெருநிறை = பெரிய படை வரிசை வெளிது = வெள்ளையுடை உடீஇ = உடுத்து, பாறு =

பறட்டை, நீவி = தடவி, செருமுகம்= போர்க்களம்.

9. அவனுக்குத்தான் வெற்றி!

இந்த உலகத்தில் இரண்டு வகையான காதல் காவியங்கள் வழங்குகின்றன. காதலித்தவனும் காதலித்தவளும் தங்கள் கருத்து நிறைவேறி இன்பமுறும் காவியங்கள் ஒரு வகை. இருவருமே காதலில் தோற்று அமங்கலமாக முடியும் காவியங்கள் இன்னொரு வகை. இருவகைக் காவியங்களும் காதல் காவியங்களே.

ஆனால் காதல் நிறைவேறி மங்கலமாக முடியும் காவியத்தை விடக் காதல் நிறைவேறாமல் அமங்கலமாக முடியும் காவியங்கள்தாம் படிப்போர் மனங்களை உருக்கித் தம் வயமாக்கி விடுகின்றன.

சங்க இலக்கியங்களில் காதல் நிறைவேறாமல் அவல முடிவெய்திய நிகழ்ச்சிகள் பெரும்பான்மையாகக் காணக் கிடைப்பதில்லை. ஆனால் இதற்கு ஒரு சிறு விதிவிலக்காக நிறைவேறாத - நிறைவேற முடியாத காதலை வெளியிட்டுக் குமுறும் ஒரு பெண்ணின் கதையைப் புறநானூற்றில் காண்கிறோம். புறநானூற்றிலுள்ள மிகப் பல சோக நிகழ்ச்சிகளுள் நிறைவேறாத காதலின் ஏக்கமெல்லாம் இழைந்து கிடக்கும் இந்த நிகழ்ச்சியும் ஒன்று.

போர்வைக் கோப்பெரு நற்கிள்ளி என்று ஒரு சோழ மன்னன். இந்தச் சோழ மன்னன் எல்லோரையும் போலச் சாதாரணமான வீரன் மட்டுமில்லை. பார்த்தவர் கண்களை மீளவிடாத கட்டழகன். ஆண்களையே மயக்கிவிடுகிற அழகு என்றால், பெண்கள் இந்த அழகுக்குத் தப்பிவிடவா முடியும்? ஆண்களுக்கும் சரி, பெண்களுக்கும் சரி, உயர்ந்த காவியத்தைச் சுவைப்பதிலுள்ள ஈடுபாடு அவன் அழகைக் காண்பதில் இருந்தது. இருப்பிடம் தெரியாமல் மணத்தைப் பரப்பும் பூவைப் போன்ற அமைதியான அழகென்று சொல்லிவிட முடியாது இந்த அழகை கவர்ச்சியும் எழுச்சியும் உண்டாக்கிக் காணும் கண்களை மலர வைக்கும் செயல் திறன் வாய்ந்த அழகு இது. ஆனால் பலரைக் கவர்ந்த இந்த

அழகனை எதிர்த்துப் போர் செய்யவும் ஒருவன் முளைத்தான். ‘முக்காவல் நாடு’ என்று சோழநாட்டுக்கருகில் ஒரு பகுதி இருந்தது. அதைப் பல சிற்றரசர்கள் ஆண்டு வந்தனர். அவர்களில் ஒருவன் ஆமூரை ஆண்டு வந்த சிற்றரசன்.

ஆமூரரசன் மற்போரில் வல்லவன். அதனால் அவனை ஆமூர்மல்லன் என்றே சிறப்புப் பெயரிட்டு அழைத்து வந்தார்கள். ஆமூர் மல்லன் தான் ஒரு சிற்றரசனாக இருந்தும் பேரரசனான போர்வைக் கோப்பெரு நற்கிள்ளியைப் பற்றி அடிக்கடி அவதூறாக இகழ்ந்து பேசி வந்தான்.

இதன் காரணமாகப் போர்வைக் கோப்பெருநற்கிள்ளிக்கும் முக்காவல் நாட்டு ஆமூர் மல்லனுக்கும் போர் ஏற்பட்டது. போர்வைக் கோப்பெரு நற்கிள்ளியின் தந்தைக்குப் பெயர் ‘தித்தன்’ என்பது.கிள்ளியின் போர்த்திறனிலும் வீரத்திலும் அதிக அக்கறை காட்டிப் பெருமை கொள்வது தித்தனின் வழக்கம்.

முக்காவல் நாட்டு ஆமூரில் பெருங்கோழி நாய்கன் என்ற ஒரு செல்வச் சீமான் வாழ்ந்து வந்தான்.பெருங்கோழிநாய்கனுக்கு ஒரே ஒரு மகள். ‘நக்கண்ணை’ என்று பெயர். அவள் மணமாகாதவள். கன்னிமை செழித்து நிற்கும் பருவம். குறுகுறுப்பான சுபாவம். புதுமைக் கட்டமைந்த அழகு. பருவமடைந்து வீட்டிற்குள்ளேயே கன்னிமாடத்தில் இருக்கச் செய்து பாதுகாத்து வந்தார்கள் அவளை.

ஆமூர் நகரத்திற்குள் நுழையும் தலைவாயிலுக்கருகே பிரதானமான வீதியில் அமைந்திருந்தது பெருங்கோழி நாய்கனின் மாளிகை.

ஒருநாள் காலை நேரம். அப்போதுதான் நீராடிவிட்டுக் கன்னிமாடத்திற்குள் நுழைந்திருந்தாள் நக்க்ண்ணை வெண்கலக் கூண்டிலிருந்துதுவாரங்களின் வழியே சுருள் சுருளாகக் கிளம்பும் அகில் புகையில் கூந்தலை உலர்த்திக் கொண்டிருந்தாள். அலை அலையாகப் புரண்ட கருங்கூந்தலுக்கு நடுவே சுருள் சுருளாக இழைந்த புகைப் படலங்கள் புகுந்தன. குளித்து முடித்தவுடன் வாசனை நிறைந்த அகிற் புகையை நுகருவதில் நாசிக்கு இதமான

ஒரு திருப்தி இருக்கிறது. அந்த இன்பமயமான வாசனையின்
போதையில் கட்டுண்டிருந்த அவள் திடுதிடுவென்று வீதியில்
ஆரவாரத்தோடு பலர் ஓடிவருகின்ற ஒலியைக் கேட்டுச் சாளரத்தின்
வழியாகத் தெருவைப் பார்த்தாள்.

யானைகளும் குதிரைகளும் தேர்களும் தொடரப் பலவகை
ஆயுதங்களைத் தாங்கிய வீரர்களின் பெருங்கூட்டம் நகரத்திற்குள்
நுழைந்து கொண்டிருந்தது. படைகளைப் பார்த்தால் உள்ளூரைச்
சேர்ந்தவையாகத் தெரியவில்லை. யாரோ வெளியூரார்தான்
படையெடுத்து வந்திருக்க வேண்டும் என்று நினைத்தாள். இந்தச்
சமயத்தில் அவளோடு கன்னிமாடத்தில் துணையிருக்கும் தோழி
பரபரப்பாக அங்கே ஓடிவந்தாள்.

"அம்மா! அம்மா! கேட்டீர்களா செய்தியை?..."

"எந்தச் செய்தியையடி சொல்கிறாய்?"

"நம்முடைய ஆமூரைத் தாக்குவதற்காகச் சோழ மன்னர்
போர்வைக் கோப்பெரு நற்கிள்ளியின் படைகள் நகருக்குள்
துழைந்துவிட்டன. இதோ தெருவைப் பாருங்களேன்?"

"ஓகோ! அதுதானா இந்தப் படை?"

அவள் விழிகள் மீண்டும் சாளரத்தின் வழியே தெருவைப்
பார்த்தன.

அப்போது படைகளுக்கு நடுவே.? நடுவே என்ன?
மேகங்களுக்கு நடுவே கதிரவனைப் போல ஒரு தேர் மெல்ல நகர்ந்து
வருவதைக் கண்டாள். அந்தத் தேரின் இடையே கரும்பு
வில்லேந்திய மன்மதனைப்போல வீற்றிருந்தான் ஒர் ஆணழகன்.
'அழகு என்றால் இப்படியும் ஒர் அழகா? அதுவும் ஆண்களில் இப்படி
ஒர் அழகன் இருக்க முடியுமா?'

"தோழி"

"என்ன அம்மா?"

"அதோ தெருவில் போகின்ற தேரில் பார்த்தாயா?."

"பார்த்தேன்! பார்த்தேன்! பார்க்காமல் என்ன? அவர்தான்
சோழ மன்னர் போர்வைக் கோப்பெருநற் கிள்ளி"

"என்ன, சோழ மன்னரா இவர்?"

"அதற்குச் சந்தேகம் என்ன அம்மா? நம் நகரத்தின்மேல் படையெடுத்து வந்திருக்கும் சோழ மன்னர்தான் இவர்."

அவள் கண்கள் தேரைவிட்டு அகலவே இல்லை.ஆனால் அவள் காணவேண்டும் என்பதற்காகத் தேர் நின்று கொண்டிருக்குமா என்ன? சாளரத்திலிருந்து காண முடிந்த பார்வை எல்லையைக் கடந்து சென்றுவிட்டது தேர்.

தேர் மட்டுமா போயிற்று? அந்தத் தேரில் இருந்தவனோடு அவள் உள்ளமும் ஏறிக் கொண்டுபோய் விட்டதே? நக்கண்ணை கன்னிமாடத்தில் வசித்து வருகிறவள். இதுவரை ஆண்களையே கண்ணால் காணாமலிருந்தவள்; அவள் இதயம்.? பாவம் அது அந்தத் தேர்மேலிருந்த அழகுக்குத் தோற்றுச் சரணாகதி அடைந்துவிட்டது.

"தோழி! ஆண்களில் இப்படி அழகுள்ளவர்."

"வேறெங்கும் இல்லை அம்மா" - அவள் தொடங்கிய வாக்கியத்தைத் தோழி முடித்தாள்.

படைகள் எல்லாம் சென்றுவிட்டன. தெரு பழைய அமைதியை அடைந்துவிட்டது. சூன்ரியம் திகழும் வீதியை வெறித்துப் பார்த்தாள் நக்கண்ணை.

"அம்மா! இனிமேல் இந்த நகரத்தின் நிலை மதில்மேற் பூனைபோலத் திண்டாட்டம்தான்!"

"ஏன் அப்படி?"

"நம்முடைய அரசராகிய 'ஆமூர்மல்லர்' வெல்வாரா? சோழன் வெல்வானா? நம் அரசனுக்கு வெற்றி கிடைத்தால் கவலை இல்லை. சோழனுக்கு வெற்றி கிடைத்தால் நம் கதி என்ன ஆகுமோ?"

"........."

"வெற்றியா? தோல்வியா? - தோல்வியா? வெற்றியா? இரவு பகலாக இந்த இரண்டும் கெட்ட நிலைதான் இனிமேல்...."

"ஊரை வெல்வதற்கு முன்பே அவர் ஒர் உள்ளத்தை வென்றுவிட்டாரே! அது உனக்குத் தெரியுமா?"

"என்னம்மா சொல்கிறீர்கள்?"

"புரியவில்லையா? இதோ என் இந்த முன்கைகளில் துவண்டு சுழலும் வளைகளைப் பார்! இவை சொல்லும்"

"தோழீ! நீ கூறிய இரண்டுங்கெட்ட நிலை இந்த ஊருக்கு மட்டுமில்லை. இனிமேல் எனக்குந்தான்."

"சோழன்தான் வெல்வான் என்கிறார்கள் சிலர். ஆமூர் மல்லர்தான் வெல்வார் என்கிறார்கள் சிலர். யார் வெல்வார் களோ? யார் தோற்பார்களோ? என்ன ஆகுமோ?"

"........."

நாலைந்து நாட்கள் கழிந்தன. அன்று போலவே இன்றும் காலை நேரம் தெருவில் ஏதோ வெற்றி ஆரவாரம் கேட்கிறது. "வாழ்க! வாழ்க!" என்ற பேரொலி விண்ணை முட்டுகிறது. நக்கண்ணை ஆர்வம் அலைமோதும் உள்ளத்தோடு கன்னி மாடத்துக் கட்டுப்பாட்டையும் மறந்து தெருவிற்கு ஓடி வருகின்றாள். தண்டைகளும் சிலம்புகளும் கலின் கலின் என்று ஒலிக்கின்றன. தெருத் திண்ணையில் நின்று பார்க்கிறாள். பாலைப் பூசினாற் போன்ற நீண்ட கயல் விழிகள் மலர மலரப் பார்க்கின்றாள்.

அதே தேர்! அதே சோழ மன்னன்! அதே அழகு வெற்றிச் சங்குகள் முழங்க ஆமூரை வென்றுவிட்டு நாடு திரும்பிக் கொண்டிருந்தான்! நக்கண்ணைக்கு அப்படியே ஓடிப்போய்த் தெருவில் இறங்கித் தேரின்மேல்தாவி அவனைத் தழுவிக்கொள்ள வேண்டும்போல உள்ளம் குறுகுறுத்தது. 'வெட்கம்' என்று ஒன்று இருந்து தொலைக்கிறதே! அது நினைத்ததை நினைத்தபடி செய்யவிட்டால் தானே?

தேர் சென்றது. தெருக்கோடியில் மறைந்தது? வாழ்த் தொலிகளின் குரல் மங்கித் தேய்ந்து மெலிந்தன. நக்கண்ணையின் விழிகளின் ஒரத்தில் இரண்டு கண்ணீர் முத்துக்கள் திரண்டு நின்றன.

"அம்மா இதென்ன? இப்படித் தெருவில் நின்று கண்ணீர் சிந்திக் கொண்டு."

நக்கண்ணை திரும்பிப் பார்த்தாள். தோழி பின்னால் நின்று

கொண்டிருந்தாள்.

"தோழி! சோழனுக்குத்தான் வெற்றி! சோழன் வென்று கொண்டு போய்விட்டான்."

"எதை அம்மா"

"என்னை; என் மனத்தை; என்னுடைய எல்லா வற்றையுமேதான்."

"நீங்கள் என்ன அம்மா? சுத்தப் பைத்தியமாக அல்லவா இருக்கிறீர்கள்? அவன் நாடாளும் பேரரசன். நம்மைப் போன்ற நிலையிலுள்ளவர்கள் அவனைப் போன்றவர்கள்மேல் இப்படி ஆசை கொள்வதே தவறு!"

"தவறுதான்! ஆனால், அது இந்தப் பாழாய்ப் போன மனத்துக்குப் புரியவில்லையே!" நக்கண்ணை கண்ணைத் துடைத்துக்கொண்டு உள்ளே போனாள்.

ஆடாடு என்ப ஒரு சாரோரே

ஆடன்று என்ப ஒரு சாரோரே

நல்ல பல்லோர் இருநன் மொழியே

அஞ்சிலம்பு ஒலிப்ப ஒடிஎம்மின்

முழாவரைப் போந்தை பொருந்தி நின்று

யான் கண்டனன் அவன் ஆடாகுதலே! (புறநானூறு - 85)

ஆடு = வெற்றி, ஒரு சாரோர் = ஒரு சிலர், முழாவரைப்போந்தை = மத்தளம் போலப் படுத்த பனைமரத்தின் அருகிலுள்ள திண்ணை, ஆடாகுதல் = வெற்றியடைந்திருத்தல், கண்டனன் = பார்த்தேன்.

இந்தப் பாடல் நக்கண்ணையின் நிறைவேறாத காதலின் துன்பத் தழும்பாக இன்னும் புறநானூற்றில் இருந்து கொண்டு தான் இருக்கிறது!

10. தலை கொடுத்த தர்மம்

குமணன் காட்டுக்குத் துரத்தப்பட்டான்.அவன் தம்பியாகிய இளங்குமணனிடம் அரசாட்சி சிக்கியிருந்தது. காமுகனிடம் அகப்பட்டுக் கொண்ட குலப்பெண்ணைப்போல, குமணன் அரசாண்ட காலத்தில் அடிக்கடி அவனால் உதவப் பெற்று வாழ்க்கையை நடத்தியவர் பெருந்தலைச்சாத்தனார் என்ற புலவர்.

இளங்குமணன் ஆட்சிக்கு வந்ததும் புலவருடைய வாழ்க்கையில் மண் விழுந்தது; தம் துயரங்களை எல்லாம் காட்டிலிருக்கும் குமணனிடம் போய்க் கூறியாவது மனச்சுமையைத் தணித்துக் கொள்ளலாம் என்றெண்ணிக் காடு சென்றார் புலவர். அமைதியாகக் காட்டில் வாழ்ந்த குமணன், தம்பியின் கொடுமையை எண்ணிக் குமுறிக்கொண்டிருக்கவில்லை. அரசாட்சியிலிருந்து துரத்தப்பட்ட அவலத்தை எண்ணி வருந்தவில்லை. வாழ வழியில்லாத அனாதைபோல எல்லா மிருந்தும் ஒன்றும் இல்லாதவனாகக் காட்டில் திரிய நேர்ந்ததை எண்ணிக் கலங்கவில்லை.

உயர்ந்த சிந்தனைகளைக்கொண்டு மனத்தை அடக்கி வாழ்ந்தான். தமிழ்ப் பாடல்களின் பெருமை நிறைந்த் சுவையை எண்ணிக் களித்தான். வனத்தின் இயற்கைக் காட்சிகளில் கண் களைச் செலுத்தினான். ஆடும் மயில், பாடும் குயில், ஓடும் ஆறு, வீழும் அருவி, துள்ளும் மான்கள் எல்லாம் கண்டு இன்புற்றான். ஆனால் இந்த எல்லா வகை நிம்மதிகளுக்கும் இடையே ஒரு கவலையும் அவன் மனத்தை அரித்துக் கொண்டுதான் இருந்தது. அதுதான் தமிழ்ப் புலவர்களைப் பற்றிய மனக்கவலை.

அவன் ஆட்சிக் காலத்தில் எண்ணற்ற தமிழ்ப் புலவர்களை ஆதரித்து வந்தான். கவிச் செல்வர்களாகிய அவர்கள் புவிச் செல்வத்துக்காக ஏங்காமல் பாதுகாத்து வந்தான். 'அறிவு நிறைந்தவர்களை வாழ்வுக்கு ஏங்கும்படியாக விட்டுவிட்டால் தன்

நாட்டிற்கே அது ஒரு பெரிய சாபக்கேடாகப் போகும்?' - என்பதை
அவன் உணர்ந்திருந்ததுதான் இதற்குக் காரணம். தன் தம்பி
இளங்குமணனிடம் புலவர்களை ஆதரிக்க வேண்டும் என்ற
உணர்ச்சி சிறிதும் இல்லை என்பதை அவன் அறிவான். முன்பு
தன்னால் பேணி வளர்க்கப்பட்ட தமிழ்ச் செல்வர்களின் கதி
இப்போது என்ன நிலைக்குத் தாழ்ந்து விட்டதோ என்பதுதான்
அவனுடைய கவலை. இப்படி அவன் கவலைப்பட்டுக் கொண்டிருந்த
சமயத்தில்தான் பெருந்தலைச் சாத்தனார் அவனைத் தேடிக்கொண்டு
காட்டுக்கு வந்து சேர்ந்தார்.

குமணன் அவரை ஆவலோடு வணங்கி வரவேற்றான்.
பெருந்தலைச் சாத்தனர் நாடிழந்து தனி ஆளாக வனத்தில் நிற்கும்
அவன் நிலை கண்டு உள்ளம் உருகினார்.

"என்ன சாத்தனாரே! யாவும் நலம்தானே? முன்பு பார்த்த
உம்முடைய தோற்றம் இப்போது இளைத்திருக்கிறாற்போலத்
தோன்றுகிறதே"

"இளைக்காமல் என்ன செய்யும் குமணா! அன்பு செலுத்த நீ
யில்லை. ஆதரவு கொடுக்க உன் கைகளில்லை. வாழ்க்கை
இளைத்துவிட்டது. நானும் இளைத்துவிட்டேன். வீட்டு அடுப்பு
எரிந்து பல நாட்களாகிவிட்டன. குழந்தை பாலுக்காகத் தாயின்
மார்பைச் சுவைத்துப் பாலின்றி ஏமாற்றமடைந்து தாயின்
முகத்தைப் பார்க்கிறது. தாய் என் முகத்தைப் பார்க்கிறாள். நான்
வேறு யார் முகத்தைப் பார்ப்பது? உன் முகத்தைக் காண வந்தேன்?"

கூறிவிட்டுக் குமணனின் முகத்தைப் பார்த்தார் புலவர்.
அவன் கண்களில் உணர்ச்சியின் இரண்டு முத்துக்கள்
திரண்டிருந்தன.

"குமணா! நான் ஏதோ சொல்லி உன் மனம் நோகும்படி
செய்துவிட்டேன். என் துயரம் என்னோடு போகட்டும். நீ
வருந்தாதே?"

"அப்படி இல்லை சாத்தனாரே! நீர் இளைக்கிறபோது குமணன்
இளைக்கிறான். உம்முடைய குழந்தை பாலில்லாமல் தாயின்

முகத்தை நோக்கி அழுகிறபோது குமணன் அழுகிறான்."

"குமணா! நீ பெருந்தன்மை மிக்கவன். அதனால் அப்படி எண்ணுகிறாய்! அதற்கு நான் என்றும் நன்றி செலுத்தக் கடமைப்பட்டவன்."

"சாத்தனாரே! இதற்கு முன்னால் உங்களுக்கு நான் கொடுத்ததெல்லாம் கொடை அல்ல. இப்போது உமக்கு ஏதாவது உதவி, உம்முடைய வறுமையைப் போக்க முடியுமானால், அது என் நற்பேறாக இருக்கும். ஆனால், நான் என்ன செய்வேன்? விதி என் கைகளைக் கட்டிப் போட்டிருக்கிறது. நான் அரசாளும் குமணனாக இல்லை. காடாளும் குமணனாக இருக்கிறேன்."

"எனக்காக வருந்தாதே, குமணா! நான் கொடுத்து வைத்தது அவ்வளவுதான். நீதான் என்ன செய்வாய்? நான்தான் என்ன செய்வேன்?"

"நான் நாடிழந்ததைவிடக் கொடுமையானது நீங்கள் என் உதவியை இழப்பது."

"என் குமணனின் அன்பை நான் இன்னும் இழக்கவில்லை, குமணா அது ஒன்று போதும் என் நிறைந்த வாழ்வுக்கு"

"இல்லை சாத்தனாரே! உங்களுக்கு நான் ஏதாவது கொடுத்து உதவினாலொழிய என் மனம் திருப்தி அடையாது."

"இப்போதிருக்கும் நிலையில் நீ ஒன்றும் கொடுக்க முயற்சிக்காமல் இருந்தாலே நான் அதைப் பெரிய கொடையாகக் கொண்டு விடுவேன்!"

"முடியாது! யாராலும் எவருக்கும் கொடுக்க முடியாத பொருளை உங்களுக்கு நான் கொடுக்கப் போகிறேன்."

"என்ன பொருள் அது?"

"அந்தப் பொருள் என் தம்பியின் விலைமதிப்பின்படி ஆயிரக்கணக்கான பொற்கழஞ்சுகள் பெறுமானமுடையது. உம்மைப் போன்ற புலவர்களின் மதிப்பீட்டில் விலை மதிக்க முடியாதது அது."

"பொருள் என்னவென=! நீ சொல்லவில்லையே, குமணா?"

"சொல்லுகிறேன்.இந்த உடைவாளைக் கொஞ்சம் கையிலே

பிடித்துக் கொள்ளுங்கள்."

பெருந்தலைச் சாத்தனர் எதுவுமே புரியாமல் அவன் கொடுத்த உடைவாளை வாங்கிக்கையிலே பிடித்துக்கொண்டார்.

குமணன் தலையைக் குனிந்தான்.

"இதோ! இந்தப் பொருள்தான் புலவரே!" குமணன் தன் தலையைத் தொட்டுக் காட்டினான். சாத்தனாருக்கு அப்போதும் விளங்கவில்லை. வாளைப் பிடித்த கையோடு மருண்டுபோய் அவனைப் பார்த்தார்.

"சாத்தனாரே! ஏன் தயங்குகிறீர்! இந்தத் தலையை இளங்குமணனிடம் வெட்டிக் கொண்டுபோய்க் கொடுத்தால் உம்முடைய வறுமை தீர்ந்துவிடும்."

"குமண! என்னை என்ன பாதகம் செய்யச் சொல்லுகிறாய் நீ? பெருந்தலைச் சாத்தன் செத்தாலும் அவனுடைய கை இந்தப் பாதகத்தைச் செய்து உயிரைப் பேணி வறுமையைப்போக்கிக் கொள்ள விரும்பாது..."

"ஒரு தமிழ்ப் புலவரின் வறுமையைப்போக்க இந்தத் தலை தவம் செய்திருக்க வேண்டும். இந்தத் தலைக்கு அந்த மாபெரும் பாக்கியத்தை அளிக்க மறுக்காதீர்கள் சாத்தனாரே!"

"வேண்டியதில்லை! இந்த வாள் போதும், உன் தம்பி இளங்குமணனிடம் இந்த வாளைக் காட்டியே பரிசில் பெறுவேன்."

"அது முடியாது சாத்தனாரே!"

"இல்லை! என்னால் முடியும் எனக்கு அதற்கு வேண்டிய சாமர்த்தியமிருக்கிறது. நான் போய் வருகிறேன், குமணா!"

புலவர் வாளோடு கிளம்பினார். குமணன் அவர் போகின்ற திசையையே பார்த்துக் கொண்டு நின்றான்.

***

பெருந்தலைச் சாத்தனார் கூறிய செய்தி இளங்குமனின் உணர்வை உருக்கியது. தன் தமையன் அப்படியும் செய்திருப்பானோ என்று எண்ணும்போதே அவன் உடம்பில் மயிர்க் கால்கள் குத்திட்டு

நின்றன. தமையன்மேல் ஆயிரம் பகை இருந்தாலும் உடன்பிறந்த குருதி கொதிக்காமல் விடுமா? தான். ஆடாவிட்டாலும் தன் சதை ஆடியது. சாத்தனார் அவன் உணர்ச்சிகளைக் கிளறுவதற்காகக் குமணன் இறந்துவிட்டான் என்று கூறி அவன் வாளை எடுத்துக் காட்டினார். அவர் எதிர்பார்த்தது போலவே அவன் அதிர்ச்சி அடைந்து கலங்கி அழுதுவிட்டான்.

"இளங்குமணா! அஞ்சாதே, உன் தமையனை மீண்டும் உயிரோடு கூட்டிக்கொண்டுவருகிறேன்.எனக்கு என்ன தருவாய்"

"இந்த அரசு முழுவதுமே தருகிறேன் புலவரே!" அவர் அவனைக் குமணனிடம் காட்டுக்கு அழைத்துக்கொண்டு சென்றார். தமக்குக் கிடைக்கும் பரிசுகளைவிட அண்ணன் தம்பிகளின் ஒற்றுமை அவசியமாகப்பட்டது. அவருக்கு. அதை அவர் முதலில் உண்டாக்கினார்.

ஒற்றுமை என்ற பெரும் ப்ரிசைக் குமண சகோதரர்களிடமிருந்து சாத்தனார் பெற்றுவிட்டார்.

"கோடில் நல்லிசை வயமான் தோன்றலைப்
பாடி நின்றனென் ஆகக் கொன்னே
பாடுபெறு பரிசிலன் வாடினன் பெயர்தலென்
நாடிழந்ததனினும் நனியின் னாதென
வாள்தந் தனனே தலைஎனக் கீயத்
தன்னிற் சிறந்தது பிறிதொன் றின்மையின்
ஆடுமலி உவகையொடு வருவல்
ஓடாப்பூட்கைநின் கிழமையோற் கண்டே" (புறநானூறு -165)

வயமான் தோன்றல் = குமணன், கொன்னே = வீணாக, பாடு பெருமை, வாடிணன் = வருந்தி, இன்னாது = கொடியது, நனி மிகவும், ஆடுமலி = வெற்றி மிகுந்த, உவகை = மகிழ்ச்சி, ஓடாப் பூட்கை = அழியா வலிமை, கிழமையோன் = தமையன்.

11. பறவையும் பாவலனும்

இளந்தத்தன் நிரபராதி. ஆனால் நெடுங்கிள்ளிக்கு அதை எப்படிப் புரியவைப்பது? ஒரு பாவமு மறியாத புலவன் அவன். ஆனால் அவனை ஒற்றன் என்று கருதித் தண்டிக்க முடிவு செய்துவிட்டான் நெடுங்கிள்ளி. சந்தேகத்தைப் போலப் பயங்கர வியாதி இந்த உலகத்தில் வேறொன்றும் இல்லை! அது நிரபராதியைக் குற்றவாளியாக்கி விடுகிறது. குற்றவாளியை நிரபராதியாக்கி விடுகிறது. இன்னும் என்னென்னவோ செய்து விடுகிறது.

முதல் நாள் அவன் கருவூரில் நலங்கிள்ளியிடம் பரிசில் பெற்றுக்கொண்டு பின் உறையூருக்கு வந்திருந்தான். நலங்கிள்ளிக்கும் நெடுங்கிள்ளிக்கும் பகை என்பதும், அதனால் உறையூரார் கருவூருக்கு வருவதில்லை என்பதும் கருவூரார் உறையூருக்குப் போவதில்லை என்பதும் அவனுக்குத் தெரியாது. இரண்டு அரசர்களுக்கும் உள்ள கடும்பகை காரணமாக ஓர் ஊரிலிருந்து இன்னோர் ஊருக்குப் போகிறவர்கள் ஒற்றர்களாகக் கருதப்பட்டுத் தண்டனை பெற்றுக்கொண்டிருந்த காலம் அது!

உறையூர்க்காரர்கள் எவராவது கருவூருக்கு வந்தால் அவர்களை நெடுங்கிள்ளியின் ஒற்றர்கள் என்று சந்தேகித்துத் தண்டணை கொடுத்துக் கொண்டிருந்தான் நலங்கிள்ளி, கருவூர்க் காரர்கள் எவராவது உறையூருக்கு வந்தால் அவர்களை நலங்கிள்ளியின் ஒற்றர்கள் என்று சந்தேகித்துத் தண்டனை கொடுத்துக்கொண்டிருந்தான் நெடுங்கிள்ளி.

இளந்தத்தனோ இந்த இரு ஊர்களுக்கும் புதியவன். ஒரு நாடோடிப் புலவன். நலங்கிள்ளி, நெடுங்கிள்ளி இருவருக்கும் கடும்பகை இருப்பதை அறிந்துகொள்ளாமல் நலங்கிள்ளியைச் சந்தித்துப் பாடி பரிசில் பெற்றுக்கொண்டு கருவூரிலிருந்து உறையூருக்கு வந்து நெடுங்கிள்ளியிடம் பரிசில் வாங்க அவன்

முயன்றான்.

அவன் உறையூர்க் கோட்டை வாயிலை அடைந்தபோது கோட்டைக் காவற்காரர்கள் அவனை இன்னாரென்று கூறுமாறு விசாரித்தனர். "நான் நலங்கிள்ளியிடமிருந்து பரிசில் பெற்றுக் கருவூரிலிருந்து வருகிறேன்" என்றான். 'நலங்கிள்ளியிடம் பரிசில் வாங்கிக் கொண்டு வருகிறேன்' என்றால் அது பெருமையாக இருக்கும் என்று நினைத்துக் கொண்டுதான் ஒரு பாவமுமறியாத அந்த இளம் புலவன் இப்படிக் கூறிவைத்தான்.

நலங்கிள்ளி, கருவூர் என்ற இந்த இரண்டு சொற்களை அவனிடமிருந்து கேட்டார்களோ இல்லையோ, கோட்டைக் காவற்காரர்கள் தங்களுக்குள் ஏதோ குறிப்புத் தோன்ற ஒருவர் முகத்தை மற்றொருவர் பார்த்தக் கொண்டனர்.

"கருவூரிலிருந்துதானே வருகிறாய்!"

"ஆமாம்! கருவூரிலிருந்துதான்; நலங்கிள்ளியைச் சந்தித்துவிட்டு வருகிறேன்."

"உனக்கு இங்கென்ன வேலை?"

"நான் நெடுங்கிள்ளி மன்னரைச் சந்திக்க வேண்டும்"

காவற்காரர்கள் இருவரும் தங்களுக்குள் விஷமச் சிரிப்புச் சிரித்துக் கொண்டனர். ஒருவன் உள்ளே போய்விட்டுச் சில விநாடிகளில் திரும்பி வந்தான்.

"மன்னரையா பார்க்க வேண்டும்? அப்படியானால் என்னோடு வா! பார்க்கலாம்."

ஒருவன் இளந்தத்தனைத் தன் பின்னால் அழைத்துக் கொண்டு சென்றான். ஆனால் மன்னரைக் காண்பிக்கவில்லை. அந்த அப்பாவிப் புலவனைத் தந்திரமாக அழைத்துக்கொண்டு போய்ச் சிறைக்குள் தள்ளி அடைத்துப் பூட்டிவிட்டான்.

"ஐயோ! நான் நாடோடிப் புலவன் ஐயா! எனக்கு ஒரு பாவமும் தெரியாது! என்னை ஏன் ஐயா சிறையில் அடைக்கிறீர்கள்?"

"பேசாதே! நீ இருக்க வேண்டிய இடம் இந்தச் சிறைதான்" காவற்காரன் அதட்டிவிட்டுப் போய்விட்டான். 'பிள்ளையார் பிடிக்கக்

குரங்காகிவிட்டதே' என்று தவித்தான் இளந்தத்தன். 'கருவூரிலிருந்து
நலங்கிள்ளியைப் பார்த்துவிட்டு வந்ததாகச் சொன்னதற்கு
இவ்வளவுபெரிய தண்டனை ஏன்?' என்று அவனுக்குப்
புரியவில்லை. உறையூரின் பெருமை, வந்தாரை வரவேற்று
விருந்தோம்பும் சோழர் குடிப் பெருமை, எல்லாப் பெருமையின்
மேலும் எரிச்சல் எரிச்சலாக வந்தது அவனுக்கு இளந்தத்தன்
கருவூரிலிருந்து புறப்பட்டுவந்த சிறிதுநேரத்திலேயே கோவூர் கிழார்
என்ற புலவரும் அவனைப் பின்பற்றி உறையூருக்கு
வந்தார்.இளந்தத்தன் முன்பே உறையூருக்கு வந்திருப்பதை அறிந்து
வாயிற்காவலர்களிடம் அவன் அடையாளங்களைக் கூறி, "இப்படி
ஒரு பாவலன் சற்று முன்பு இங்கே கோட்டைக்குள் வந்தானா?"
என்று வினவினார். கோவூர்கிழார் உறையூர் அரண்மனையில்
எல்லோருக்கும் வேண்டியவராகையினால் காவலர்களுக்கு
அவரிடம் அதிக மரியாதை உண்டு.

        "ஆமாம் ஐயா! அப்படி ஓர் இளைஞன் க்ருவூரிலிருந்து
சற்றைக்கு முன் இங்கே வந்தான். நாங்கள் மன்னரிடம் போய்க்
கேட்டோம். அவன் கருவூரிலுள்ள நலங்கிள்ளியிடமிருந்து
வந்திருந்தால் அவனை உடனே சிறையில் அடையுங்கள். ஒற்றனாக
இருந்தாலும் இரப்பான் என்று அரசர் உத்தரவு இட்டார்.
உத்தரவுப்படியே சிறையில் அடைத்திருக்கிறோம்" என்று
கோட்டைக் காலவர்களிருவரும் கோவூர் கிழாரிடம் கூறினர்.

        உடனே கோவூர்கிழார் நெடுங்கிள்ளியைக் கண்டு
இளந்தத்தனைப் பற்றிய உண்மையைக் கூறினார்: "அரசே!
சுதந்திரமாகப் பறந்து திரியக்கூடிய பறவையைப் போன்றவன்
பாவலன். அவனை வாழச் செய்வது, அரசர்கள் அன்புற்று அளிக்கும்
பரிசில். தீமையில்லாமல் பழுமரம் நாடிச் செல்லும் பறவையைப்
போன்ற ஓர் அப்பாவிப் பாவலனைச் சந்தேகமுற்றுச் சிறையில்
வைக்கலாமா?"

        "எந்தப் பாவலனை அப்படிச் செய்திருக்கிறேன் நான்"

        "நேற்றுக் கருவூரிலிருந்து வந்த இளந்தத்தனென்னும்

புலவனை?"

"மன்னியுங்கள் ஒற்றனென்று தவறாகக் கருதிச் சிறையில் அடைத்துவிட்டேன். இதோ இப்போதே விடுதலை செய்து விடுகிறேன்."

"நல்லது! பாவலன் ஒரு சுதந்திரமான பறவை. அவனைச் சிறை செய்வதுபோன்ற கொடுமை வேறில்லை"

வள்ளியோர்ப்படர்ந்து புள்ளிற் போகி
நெடிய என்னாது சுரம்பல கடந்து
வடியா நாவின் வல்லாங்குப் பாடிப்
பெற்றது மகிழ்ந்து சுற்றம் அருத்தி
ஓம்பாதுண்டு கூம்பாது விசி வரிசைக்கு
வருந்தும் இப்பரிசில் வாழ்க்கை
பிறர்க்குத் தீதறிந் தன்றோ வின்றே, திறப்பட
நண்ணார் நாண அண்ணாந்தேகி
ஆங்கினி தொழுகின் அல்லது ஓங்குபுகழ்
மண்ணாள் செல்வம் எய்திய
நூம்மோரன்ன செம்மலும் உடைத்தே! (புற நானூறு - 47)

வள்ளியோர் = கொடுப்பவர், புள்ளின் = பறவையைப்போல, சுரம் பல = பல வழிகளை வல்லாங்கு = இயன்ற அளவு கூம்பாது = சேர்த்து வைக்காமல், அண்ணாந்து = பெருமிதங் கொண்டு, செம்மல் = சிறப்பு, படர்ந்து = சென்று, வடியா நா = முற்றாத நா.

12. எளிமையும் வலிமையும்

மாலை நேரம். குதிரை மலையின் நீலச் சிகரங்களுக்கு
அப்பால் கதிரவன் மறைந்து கொண்டிருந்தான். தகடூர் வீதிகள்
ஆரவாரமும் கோலாகலமும் நிறைந்து விளங்கிக்கொண்டிருந்தன.
அந்த இனிய நேரத்தில் அதியமானும் ஒளவையாரும் புறநகரில்
இருந்த பெரிய ஏரி ஒன்றின் கரை ஓரமாக உலாவிக்
கொண்டிருந்தனர். தமிழ்த் தாயாகிய ஒளவையாரிடம் அரும் பெரும்
பாடல்களையும் அறிவுரைகளையும் கேட்டுக் கொண்டே இயற்கை
அழகு மிகுந்த இடங்களில் அவரோடு உலாவுவது அவனுக்கு
எப்போதுமே மிகவும் விருப்பமான ஒரு காரியம்.

உலாவிக் கொண்டே வந்தவர்கள் ஏரியின் மிகப் பெரிய
இறங்கு துறை ஒன்றின் அருகிலிருந்த மருதமரத்தின் அடியில்
உட்கார்ந்தனர். அப்போது அந்தத் துறையில் அரண்மனையைச்
சேர்ந்த பட்டத்து யானையைப் பாகர்கள் குளிப்பாட்டிக்
கொண்டிருந்தார்கள். ஊர்ச் சிறுவர்கள் யானையைச் சுற்றி நின்று
வேடிக்கை பார்த்துக்கொண்டிருந்தனர்.

தண்ணீருக்குள் ஒரு சிறிய கருங்கல் மலை கிடப்பதைப்
போல கிடந்த யானையைக் காண்பதில் இளம் உள்ளங்களுக்கு ஒரு
தனி ஆர்வம். ஒளவையாரும் அதியமானும்கூடச் சிறிது நேரம்
பேசுவதை நிறுத்திவிட்டு நீர் துறையின் புறமாகப் பார்வையை
இலயிக்க விட்டனர்.

பாகர்கள் இரண்டு மூன்றுபேர் யானையின் உடம்பைத்
தேய்த்துக் கழுவிக் கொண்டிருந்தனர். ஒரு பாகன் அருகில் நின்று
வேடிக்கை பார்த்துக்கொண்டிருந்த சிறுவர்களில் சிலரைக்
கூப்பிட்டான். அவனால் கூப்பிடப்பட்ட சிறுவர்கள் அவனுக்குப்
பக்கத்தில் போய் நின்று "என்ன?" என்று கேட்டார்கள்.

"தம்பிகளா! உங்களுக்கு ஒரு வேலை தருகிறேன்.
செய்வீர்களோ?"

"என்ன வேலை? சொல்லுங்கள். முடிந்தால் செய்கிறோம்" சிறுவர்கள் மறுமொழி கூறினர்."இதோ, இந்த யானையின் தந்தம் இருக்கிறது பாருங்கள்! நீங்கள் எல்லோருமாகச் சேர்ந்து இதைத் தேய்த்துக் கழுவிவிட வேண்டும்."

"ஐயய்யோ யானை கொம்பை அசைத்துக் குத்திவிடுமே" ஏககாலத்தில் எல்லாச் சிறுவர்களும் மிரண்டு அலறினர்.

"அதெல்லாம் உங்களை ஒன்றும் செய்யாது! நான் பார்த்5ச கொள்கிறேன். தைரியமாக அருகில் வந்து இரண்டு கொம்பு களையும் கழுவுங்கள்" பாகன் உறுதிமொழி கூறினான்.

சிறுவர்கள் பாகனுடைய வேண்டுகோளுக்கு இணங்கி யானையை நெருங்கி அதன் நீண்ட பருமனான தந்தங்கள் இரண்டையும் தேய்த்துக் கழுவத் தொடங்கினார்கள். யானை அசையாது தண்ணிரில் முன்போலவே கிடந்தது. சிறுவர்களுக்கு நம்பிக்கையும் துணிவும் அதிகமாகிவிட்டது. "யானை நிச்சய மாகத் தங்களை ஒன்றும் செய்யாது" என்ற தைரியம் இப்போது ஏற்பட்டுவிட்டது.

ஒரு சிறுவன் மத்தகத்தின்மேல் ஏறிப் பிடரியில் உட்கார்ந்து கொண்டு அடிக் கொம்பைக் குனிந்து தேய்த்தான். இன்னொருவன் கொம்பின் அடி நுனியைக் கழுவுவதற்காக யானையின் கடைவாய்க்குள் தன் சிறுகையை நுழைத்தான். மற்றொருவன் துதிக்கையின்மேல் தனது வலது பாகத்தை ஒங்கி மிதித்துக் கொண்டு கொம்பைத் தேய்த்தான். கால்மேல் ஏறி நின்றுகொண்டு வேலை செய்தான் வேறொருவன். அது யானை! பயப்படத்தக்கது என்ற எண்ணமே அந்தப் பிள்ளைகளின் மனத்திலிருந்து மறைந்துவிட்டதாகத் தோன்றியது. ஏதோ சிறு குன்றின் மேல் ஏறி விளையாடுவதுபோல எண்ணிக்கொண்டு அவர்கள் வேலை செய்தனர்.

அவ்வளவிற்கும் இடமளித்துக் கொண்டு அமைதியாக நீரிற்கிடந்தது யானை.

"அதியா பார்த்தாயா வேடிக்கையை"

"தாயே! உரிமை பெருகப் பெருகப் பயம் குறைந்து நம்பிக்கை வளர்கிற விதத்தை இது காட்டுகிறது!"

"அதியா யானை ஒன்றும் செய்யாது என்ற எண்ணமே இந்த இளம்பிள்ளைகளை இவ்வளவு தைரியசாலிகளாக்கி விட்டிருக் கிறது. சற்றுமுன் பாகன் அழைத்தபோது மிரண்டவர்கள் வேறு யாருமில்லை இதே சிறுவர்கள்தாம்."

"ஆமாம்! நானும் கவனித்தேன் தாயே...!"

இதற்குள் யானையை நீராட்டி முடித்துவிட்டதால் பாகர்கள் சிறுவர்களை விலகிக்கொள்ளச் சொல்லிவிட்டு நன்றாகக் கழுவினர். பின்பு அதை எழுப்பிக்கொண்டு அரண்மனைக்கு இட்டுச் சென்றனர்.

இருட்டிவிட்டால் அதியமானும் ஒளவையாரும்கூட அரண்மனைக்குத் திரும்பினர்.யானையையும் அதைச் சிறுவர்கள் பயப்படாமல் தந்தம் கழுவிய நிகழ்ச்சியையும் இருவருமே மறக்கவில்லை.

ஏழெட்டு நாட்களுக்குப் பின்பு ஒரு நாள் நண்பகல் வெயில் அனலாகக் காய்ந்து கொண்டிருந்தது. அதியமானும் ஒளவை யாரும் அரண்மனை மேல்மாடத்தில் அமர்ந்து உரையாடிக் கொண்டிருந்தனர். திடீரென்று தெருவில் மக்கள் பயங்கரமாக அலறிக் கொண்டும் ஓலமிட்டுக் கொண்டும் ஓடுகிறாப்போல ஒலிகள் கேட்டன. இடி முழக்கம்போல யானை பயங்கரமாகப் பிளறிக்கொண்டு வீதியதிரப் பாய்ந்தோடி வரும் ஒசையும் அதை யடுத்துக் கேட்டது.

அதியமான் துணுக்குற்று எழுந்திருந்தான். ஒளவையார் ஒன்றும் புரியாமல் அவனைப் போலவே பதறி எழுந்திருந்தார்.

ஒரு காவலன் பதறிய நிலையில் அங்கு ஓடிவந்தான்.

"அரசே பட்டத்து யானைக்கு மதம் பிடித்துவிட்டது. அது பாகர்களுக்கு அடங்காமல் தெருவில் பாய்ந்து தறிகெட்டு ஒடுகிறது. என்னசெய்வதென்றே தெரியவில்லை.நகர் எங்கும் ஒரே குழப்பமும் பீதியும் மலிந்துவிட்டன."

காவலன் கூறியதைக் கேட்ட அரசன் விரைந்தோடி மேல்

மாடத்தின் வழியே தெருவில் பார்த்தான். ஒளவையாரும் பார்த்தார். பிரளய காலம் முன்னறிவிப்பு இல்லாமல் திடீரென்று வந்துவிட்டாற்போலத் தெருவை அதம் செய்து சீரழித்துக் கொண்டிருந்தது மதங்கொண்ட பட்டத்து யானை, அதன் கூரிய பெரிய வெள்ளைக் கொம்புகளில் இரத்தம் சொட்டிக் கொண்டிருந்தது. எத்தனை மக்களைக் குத்திக் கொன்றதன் விளைவோ அது? கண்கள் நெருப்பு வட்டங்களாய்ச் சிவந்து மதநீரை வடித்துக் கொண்டிருந்தன. மலை வேகமாக உருண்டு வருவதுபோல எதிர்ப்பட்டன எல்லாவற்றையும் நொறுக்கித் தள்ளி ஒடிக் கொண்டிருந்தது யானை.

"என்ன செய்வது? எப்படி அடக்கச் சொல்வது" ஒன்றுமே தோன்றாமல் நின்றுகொண்டிருந்தான் அதியமான்.

"எல்லாப் பாகர்களையும் ஒன்றுகூடி முயற்சிசெய்து, எப்படியாவது யானையை அடக்குமாறு நான் கட்டளை யிட்டதாகப் போய்க் கூறு" அவன் காவலனை ஏவினான். காவலன் பாகர்களைத் தேடி ஓடினான்.

"அதியா பார்த்தாயா..?" ஒளவையார் சிரித்துக்கொண்டே அவனை நோக்கிக் கேட்டார்.

"எதைக் கேட்கிறீர்கள் தாயே? யானையின் மதத்தைத் தானே?"

"ஆமாம்! அதுதான். அன்று ஏரியில் சிறுபிள்ளைகள் கொம்புகளைக் கழுவும்போது சாதுவாகத் தண்ணீரில் கிடந்த இந்த யானையின் மதம் இன்று எவ்வளவு பயங்கரமாக இருக்கிறது பார்த்தாயா?"

"பயங்கரம் மட்டுமா? எத்தனை உயிர்களுக்குச் சேதம் விளைவித்ததோ?"

"அதியா! நீயும் இப்படி ஒரு மதயானை போன்றவன்தான்!" அதியமான் திடுக்கிட்டான். ஒன்றும் விளங்காமல் ஒளவையாரை ஏறிட்டுப் பார்த்தான்.

"ஊர்ச் சிறுவர்களிடம் கொம்பு கழுவப்படும்போது

அமைதியாகக் கட்டுண்டு கிடந்த யானையைப்போல நீ
புலவர்களாகிய எங்கள் அன்புக்கு மட்டும் கட்டுப்படுகிறாய். உன்
பகைவர்களுக்கு முன்னாலோ, இதோ மதம் பிடித்து ஓடும் இந்த
யானை மாதிரி ஆகிவிடுவாய்..."

புதிராகத் தொடங்கிய பேச்சு, புகழ்ச்சியாக மாறியதும்
அதியமான் நாணத்தோடு தலை குனிந்தான். "அரசே பாகர்கள்
யானையின் மதத்தை அடக்கிவிட்டார்கள்" என்று காவலன் வந்து
கூறியபோதுதான் அவன் தலை நிமிர்ந்து நோக்கினான்.

எளிமை, வலிமையின் இயைபுக்கு இது ஒரு நல்ல சித்திரம்!

ஊர்க்குறு மாக்கள் வெண்கோடு கழாஅலின்
நீர்த்துறை படியும் பெருங்களிறு போல
இனியை பெரும எமக்கே, மற்றதன்
துன்னருங்கடாஅம் போல
இன்னாய் பெருமநின் ஒன்னா தோர்க்கே! (புறநானூறு -94)

குறுமக்கள் = சிறுவர்கள், வெண்கோடு = தந்தம், கழாஅலின்
= கழுவுதலால், களிறு = யானை, துன்னரும் = நெருங்க முடியாத,
கடாஅம் = மதம்.

13. புலவர் தூது

அதியமானிடமிருந்து தூதராக வந்திருந்த ஒளவையாரைத் தனது படைக் கொட்டிலுக்கு அழைத்துச் சென்றான் தொண்டைமான் இளந்திரையன்.

கம்பீரமான தோற்றத்தோடு விளங்கிய அந்த ஆயுதசாலை முழுதும் 'பளபள'வென்று மின்னும் புத்தம் புதிய ஆயுதங்கள் நிறைக்கப்பட்டுக் கிடந்தன.

நீள நீளமான வேல்கள் ஒருபுறம் கைப்பிடிகளோடு கூடிய வட்டவடிவமான கேடயங்கள் ஒருபுறம். ஒளி வீசும் வாள்கள் மலைபோலக் குவியல் குவியலாகக் கிடந்தன. வில்கள் வரிசையாக அடுக்கப்பட்டிருந்தன. கூரிய அம்புகள் நிறைய வைக்கப் பட்டிருந்த அம்பறாத் தூணிகள் கட்டித் தொங்கவிடப் பட்டிருந்தன. யானைமுக படாங்கள், குதிரைச் சேனங்கள், இரும்புக் கவசங்கள் மிகுந்திருந்தன. எங்கு பார்த்தாலும் போர்க் கருவிகள் நிறைந்து விளங்கியது அந்த மாளிகை.

ஆயுதங்கள் எல்லாம் எண்ணெய் பூசப்பெற்றுத் துருவேறாமல் பாதுகாக்கப்பட்டிருந்தன. அழகுக்காக ஆயுதக் குவியல்களின்மீதும் அடுக்குகளின்மீதும் மயில் தோகைகளால் அலங்கரித்திருந்தார்கள். எண்ணெயால் ஆயுதங்களுக்கும் தன் இயல்பால் மயில் தோகையையும் மினுமினுப்பாகத் தோன்றின. சில ஆயுத வரிசைகளின்மேல் பூக்களால் தொடுக்கப்பட்ட மாலைகளையும் அணிவித்து இருந்தார்கள். பார்த்தால் எத்தகை யவர்களுக்கும் பிரமிப்பையூட்டக் கூடியதாக இருந்தது அந்தப் பெரிய ஆயுதசாலையின் காட்சி.

வன்மை வாய்ந்த வீரர்கள் பலர் அந்த ஆயுத சாலையைச் சுற்றிக் காவல் புரிந்து வந்தார்கள். தொண்டைமானுடைய ஆயுத பலத்தின் பெருமையை விளக்குவதற்கு அந்த ஆயுத சாலை ஒன்றே போதும் கண்கண்ட சான்றாகக் காட்டி விடலாம்.

ஔவையார் இதைப் பார்க்க வேண்டும்; பார்த்துப் பிரம்மிக்க வேண்டும் என்பதற்காகவே தொண்டைமான் ஔவையாரை அழைத்து வந்து ஒவ்வொரு பகுதியாகப் பெருமிதத்தோடு காட்டிக் கொண்டிருந்தான்.

ஔவையார் தன் நாட்டிலிருந்து திரும்பிச்சென்று அதியமானைக் கண்டு, "அதியா! தொண்டைமானுடைய படைச் சாலையைப் பார்த்தேன். அதில் நிரம்பியுள்ள ஆயுதங்களின் எண்ணிக்கையைப் பார்க்கும்போது பயம் கொள்ள வேண்டியிருக்கிறது. உன்னைவிட அவன் வலிமை பெரிதாக இருக்கும்போலத் தோன்றுகிறது" என்று அவனிடம் சொல்லும் படியாகச் செய்துவிட வேண்டும் என்பதும் தொண்டைமானின் ஆசை. அப்படி ஔவையார் போய்க் கூறினால் அதியமான் உடனே பயந்துபோய்ப் படையெடுப்பையே நிறுத்திவிடுவான்' என்றெண்ணிக் கொண்டான் அவன்.

"ஔவையாரே! இந்தப் பெரிய மாளிகைதான் என் படைச்சாலை. பாருங்கள் இந்த மாளிகையே காணாதபடி ஆயுதங்களை நிரப்பி வைத்திருக்கிறேன்."

"அப்படியா?"

தொண்டைமர்ன் தன் பெருமையைப் பற்றியே அளந்து. கொண்டு வந்தான். ஔவையார் சுருக்கமாக ஓரிரு வார்த்தை களாலேயே அவன் பேச்சுக்குப் பதில் கூறிக்கொண்டு வந்தார்.

"இன்னும் ஆயுதங்கள் கொல்லர்களிடமிருந்து வந்து சேரவில்லை. இதுவரை செய்து முடித்திருக்கும் ஆயுதங் களாலேயே இந்த மாளிகை நிரம்பிவிடும் போலிருக்கிறது."

"ஓஹோ..."

"இதோ! இவைகள் எல்லாம் அம்புகள்; இவைகள் எல்லாம் புதிதாகச் செய்த வேல்கள் இந்த மாதிரி அமைப்புள்ள வேல்களை இதுவரை எந்த அரசனுமே செய்ததில்லை. என்னுடைய இந்தப் படைச் சாலையிலிருக்கும் இவ்வளவு ஆயுதங்கள் தமிழ்நாட்டில் வேறு எந்த அரசனுடைய படைச்சாலையிலாவது இருக்க முடியுமா?

ஒளவையாரே! நீங்கள் கூறுங்கள்"அவனுடைய இந்தக் கேள்விக்கு என்ன பதில் கூறுவதென்று தெரியாமல் முதலில் திகைத்தார் ஒளவையார். பின் ஒருவாறு தம்மைச் சமாளித்துக் கொண்டு,

"ஆமாம்! ஆமாம்! இவ்வளவு ஆயுதங்கள் வேறு யாரிடம் இருக்க முடியும்? உன்னிடம் அளவுக் கதிகமான ஆயுதங்கள்தாம் இருக்கின்றன" என்று ஒத்துப்பாடினார்.

"அளவுக்கு அதிகமான ஆயுதங்கள் மட்டுமில்லை. என் படைபலமும் இப்போது அதிகமாகத்தான் இருக்கிறது. எந்த அரசனும் இப்போது சுலபமாக இந்த நாட்டின் மேல் படையெடுத்து வென்றுவிட முடியாது!"

"ஓஹோ, அப்படியா..?"

"வில், வாள், வேல், கவசம் என்று எவ்வளவு அழகாகவும் வரிசையாகவும் ஆயுதங்களை அடுக்கி முறைப்படுத்தி வைத்திருக்கிறேன் பார்த்தீர்களா?"

"ஆமாம். ஆமாம்."

"அது சரி! உங்கள் அதியமானுடைய படைச்சாலை இந்த மாதிரி இருக்குமா? அதைப் பற்றி என்னிடம் ஒன்றுமே கூறமாட்டேன் என்கிறீர்களே"

"அதியமானைப் பற்றி நீ கேட்க வேண்டும் என்று விரும்புகிறாயா?"

"கட்டாயம் விரும்புகிறேன் அம்மையாரே!"

"அப்படியானால் சொல்லுகிறேன்.தெரிந்துகொள். ஆனால் ஒன்று."

"என்ன?"

"நான் சொல்வதைக் கேட்டு நீ என்மேல் கோபித்துக் கொள்ளமாட்டாயே?"

"சொல்லுங்கள், உங்கள்மீதும் எனக்குக் கோபம் வருமா, என்ன?"

"இங்கே உன்னுடைய ஆயுதங்கள் மயில் தோகையால் அலங்கரிக்கப்பெற்று மாலை சூடிக்கொண்டு எண்ணெய் பூசப்பட்டு

விளங்குகின்றன. காம்புகளும் நுனியும் செம்மை செய்யப் பெற்று விளங்குகின்றன. உன் படைச்சாலையைச் சுற்றிக் காவல் வைத்திருக்கிறாய். ஆனால் பாவம் இந்த ஆயுதங்கள் ஒரு முறையாவது போரில் பயன்பட்டதாகத் தெரியவில்லை. மினுமினுப்பு அழியாமல் அப்படியே புதிதாக அடுக்கி வைக்கப்பட்டிருக்கின்றன."

"எங்கள் அதியமானுடைய ஆயுதங்களோ,பகைவர்களோடு போர் செய்து அடிக்கடிகொல்லனின் உலைக்களத்திற்குச் சென்று செப்பம் செய்ய வேண்டியனவாக இருக்கின்றன. காம்பும் நுனியும் முறிந்தும் சிதைந்தும் ஆண்மை வெளிப்படவே பயன்பட்டுக் கொண்டிருக்கின்றன, அவன் ஆயுதங்கள். இருந்தால் செல்வத்தைப் பலர்க்கும் பகிர்ந்தளிப்பான். இல்லையானாலும் பலரோடு உடனுண்டு மகிழ்வான். ஏழைகளைக் காப்பாற்றுபவன். இவ்வளவு சிறப்புக்களையும் கொண்ட எங்கள் அரசன் அதியமானுக்கு உண்மையிலேயே வீரமுண்டு. படைச்சாலையை அழகாக அலங்கரிக்கத் தெரியாது அவனுக்கு. அவைகளை எப்படிப் பயன்படுத்துவது என்பது மட்டும்தான் தெரியும்."

தொண்டைமான் ஒளவையாரை நிமிர்ந்து பார்க்கத் திராணியின்றித் தலைகுனிந்தான். அவர் தன்னைச் சமாத்தியமாக அவமானப்படுத்திவிட்ட விதம் அவனை வெட்க முறச் செய்தது. 'நீ வீரனில்லை! அழகு பார்க்க ஆயுதம் செய்கிறவன்' - என்று மட்டந் தட்டிவிட்டார். பேச வாயில்லை அவனுக்கு: ஒளவையாருடைய தூது வெற்றி பெற்றுவிட்டது.

இவ்வே, பீலி அணிந்து மாலை சூட்டிக்
கண்திரள் நோன்காழ் திருத்தி நெய்யணிந்து
கடியுடை வியனகர் அவ்வே அவ்வே
பகைவர்க் குத்திக் கோடுநுதி சிதைந்து
கொற்றுறைக் குற்றில மாதோ என்றும்
உண்டாயிற் பதம் கொடுத்து
இல்லாயின் உடன் உண்ணும்

இல்லோர் ஒக்கல் தலைவன்

அண்ணல் எங்கோமான் வைந்நுதி வேலே! (புறநானூறு - 95)

இவ்வே = இங்கே, பீலி = மயிற்கண், கண்திரள் = பொருந்து, வாய் = திரண்ட நோன்காழ் = வலிய காம்பு, கடியுடை = காவல் பொருந்திய = அவ்வே = அங்கே, கோடு = காம்பின் பகுதி, நுனி கொற்றுறைக்குற்றிலம் கொல்லனது உலைக்களம், பதம் உணவு, இல்லோர் = ஏழையர், ஒக்கல் = சுற்றம், வைந்நுதி = கூரிய நுனி, கோமான் = அதியமான்.

14. வேண்டாம் போர்

சோழன் நலங்கிள்ளியும் நெடுங்கிள்ளியும் உடன் பிறந்த உறவுமுறை உடையவர்கள்தாம். ஆனாலும் பகைமை, பொறாமை என்று ஏற்பட்டுவிட்டால் பின்பு உறவையும் உடன் பிறப்பையும் பார்த்துக் கொண்டு இருக்கக் கூடியவர்கள் யார்?

பல காரணங்களால் இவர்கள் இருவருக்கும் இடையே இருந்த சுமுகமான நிலையும் உறவும் முறிந்துவிட்டன. ஒருவரை ஒருவர் தாக்குவதற்கும் தூற்றுவதற்கும் கறுவிக் கொண்டு திரிந்தனர்.

நலங்கிள்ளி கருவூரைத் தலைநகராகக் கொண்டு ஆண்டு வந்தான். நெடுங்கிள்ளி உறையூரைத் தலைநகராகக் கொண்டு ஆண்டு வந்தான். இருவரும் ஒரே சோழர் குடியில் பிறந்திருந்தும் அந்தக் குடியின் பரம்பரையான ஒற்றுமை குலைந்து போகும்படியாக நடந்து கொண்டுவிட்டார்கள்.

தலைமுறை தலைமுறையாகப் பிளவு பட்டறியாத காவிரிக் காவல் பூண்ட சோழர்குடி இந்த இரு இளைஞர்களின் பொறாமையினால் பிளவுபட்டுப் போயிருந்தது. உடன் பிறந்த பெருமையை மறந்து ஒருவரை ஒருவர் விழுங்கி ஏப்பமிடுவதற்குக் காலம் பார்த்துக் கொண்டிருந்தனர்.

காலம் முதலில் நலங்கிள்ளிக்கு வாய்த்தது. அவன் படையெடுத்து வந்து உறையூர்க் கோட்டையையும் நெடுங்கிள்ளி யையும் வளைத்துக் கொண்டான். நெடுங்கிள்ளியோ பொறியில் அகப்பட்ட எலியைப் போலக் கோட்டைக்குள்ளே மாட்டிக் கொண்டான்.

'நலங்கிள்ளி உறையூர்க் கோட்டையை வளைத்துக் கொண்டான்' என்ற செய்தி இதற்குள் தமிழகமெங்கும் பரவிவிட்டது. பலர் செய்தியறிந்து வியந்தார்கள்.

"ஒரு குடியில் பிறந்த சகோதரர்கள் தங்களுக்குள் இப்படிப்

போரிடுவது கேவலமான நிகழ்ச்சி அல்லவா? என விவரமறிந்
தவர்கள் இதைப்பற்றிப் பேசிக் கொண்டார்கள். வேறு சில அரசர்கள்
சகோதரச் சண்டைக்கு நடுவே தாங்களும் புகுந்து சோழ நாட்டையே
பறித்துக்கொள்ளும் முயற்சியில் இரகசியமாக ஈடுபட முஸ்தீபுகள்
செய்து கொண்டிருந்தனர். அண்ணன் தம்பி சண்டையும்
சமாதானமோ, அல்லது போரோ ஒரு முடிவுக்கும் வராமல் வெறும்
முற்றுகை அளவிலேயே இருந்தது. இந்தச் சந்தர்ப்பத்தில் சோழர்
குடிக்கு மிகவும் வேண்டியவராகிய கோவூர் கிழாருக்கு எட்டியது
செய்தி. புறநானூற்றுக் காலத்தில் தமிழகத்தை ஆண்ட
வல்லரசுகளுக்கு நடுவே துன்பம் நிகழாமல் தடுத்து வந்த ஒரே ஒரு
சமாதானத் தூதுவர் எனலாம் இந்தக் கோவூர் கிழார் என்ற புலவரை.

செய்தி யறிந்ததுமே உறையூருக்கு ஓடோடிச் சென்றார்.
நலங்கிள்ளியையும் நெடுங்கிள்ளியையும் சந்தித்தார்.

"நலங்கிள்ளி! நெடுங்கிள்ளி சோழர் குடியின் பெருமையைக்
காப்பாற்றுவதற்கு நீங்கள் பிறந்தீர்களா கெடுப்பதற்கு என்று
பிறந்தீர்களா? உங்களில் ஒருவன் பனம்பூவை அணிந்த சேரனு
மில்லை. கரிய கண்களை உடைய வேப்பமாலை அணிந்த
பாண்டியனு மில்லை. இருவருமே அத்திமாலையை அணிந்த
சோழர்கள். நீ அணிகின்ற மாலையிலும் அத்திப் பூ! உன்னோடு
போரிடுகின்றவன் அணிகின்ற மாலையிலும் அத்திப் பூ! உங்கள்
இரண்டு பேரிலும் யாராவது ஒருவர் தோற்றாலும் அந்தத் தோல்வி
சோழர் குடிக்கே ஏற்பட்ட தோல்விதான். சோழர்குடி, உங்களைப்
பெற்று வளர்த்த பெருங்குடி இல்லையா? அதற்குத் தோல்வி
ஏற்படும்படியாக விடலாமா? போர் என்றால் அதைச் செய்கின்ற
இருவருமே வெற்றிபெற முடியாது! எவராவது ஒருவர்தான் வெல்ல
முடியும் உங்கள் இருவருக்கும் இடையே உள்ள இந்தப்
பகைமையைக் கேட்டு வேறு அரசர்கள் இகழ்ந்து நகையாடுவார்கள்.
உங்கள் இருவரையுமே எதிர்த்துச் சோழ நாட்டையே அபகரித்துக்
கொள்வதற்குக்கூட முயல்வார்கள். சோழ சகோதரர்களே! என்
சொல்லைக் கேளுங்கள்.வேண்டாம் இந்திப் போர் குடிகெடுக்கும்

போரை நிறுத்துங்கள். உங்கள் காவிரி காக்கும் களங்கமற்ற
குடிப்பெருமையின் மீது ஆணையிட்டுச் சொல்கிறேன்."

கோவூர்கிழார் கூறிமுடித்தார். நலங்கிள்ளி முற்றுகையை
நிறுத்தினான். நெடுங்கிள்ளியைத் தழுவி மன்னிப்பு கேட்டுக்
கொண்டான். கோவூர்கிழார் மனமகிழ்ந்து இருவரையும்
வாழ்த்தினார்.

இரும்பனை வெண்தோடு மலைந்தோன் அல்லன்
கருஞ்சினை வேம்பின் தெரியலோன் அல்லன்
நின்ன கண்ணியும் ஆர்மிடைந்தன்றே
நின்னொடு பொருவோன் கண்ணியும்.ஆர்மிடைந்தன்றே
ஒருவீர் தோற்பினும் தோற்பதும் குடியே
இருவீர் வேறல் இயற்கையும் அன்றே அதனால்
குடிப்பொருள் அன்றுநும்செய்தி கொடித்தேர்
நூம்மோரன்ன வேந்தர்க்கு மெய்ம்மலி
உவகை செய்யும் இவ்விகலே." (புறநானூறு - 45)

வெண்தோடு = வெள்ளிய இதழ்கள், மலைந்தோன் =
அணிந்தவன், சினை = கிளை, தெரியல் = மாலை, கண்ணி = மாலை,
ஆர் = ஆத்தி, பொருவோன் = போர் செய்கிறவன், வேறல் = வெற்றி
பெறுதல், செய்தி = செயல், இகல் = பகைமை, மெய்ம்மலி உவகை
= உடம்பு பூரிக்கும்படியான மகிழ்ச்சி)

இன்று உலக நாடுகளின் சபை தனது பாதுகாப்புக்
கவுன்சிலால் செய்யத் திணறும் காரியத்தை அன்றே தமிழ்நாட்டில்
ஒரு தமிழ்ப்புலவர் செய்து முடித்திருக்கிறார்: ஆச்சரியமில்லையா,
இது?

15. பெற்றவள் பெருமை

போர் முடிந்துவிட்டது. ஒலித்து ஒய்ந்த சங்குபோல் போர்க்களம் வெறிச்சோடிப் போய்க் கிடந்தது. இருபுறத்துப் படைகளிலும் இறந்தவர்போக இருந்தவர் நாடு திரும்பினர். பல நாட்கள் போர்க்களத்தில் ஓய்வு ஒழிவின்றிப் போரிட்ட களைப்பு பாவம். அவர்கள் என்ன செய்வார்கள்? வீடு, வாசல், மனைவி மக்களைப் பார்க்க வேண்டுமென்ற ஆசை இருக்காதா?

வீரர்கள் வரிசை வரிசையாக வெற்றிப் பெருமிதத்தோடும் களைப்போடும் தங்கள் தலைநகரத்துக்குள் நுழைந்து கொண்டிருந்தனர். உற்றார் உறவினர்கள் அவர்களை மகிழ்ச்சி யோடு எதிர்கொண்டழைக்கிறார்கள். ஒரே ஆரவாரம்; ஒரே கோலாகலம் வருவோரும் வரவேற்போருமாக மயங்கிக் கலந்து நின்ற அந்தக் கூட்டத்தின் ஒர் ஒரத்தில் வயதான கிழவி ஒருத்தியைக் காண்கிறோம்.

கொக்கின் இறகுபோல் நரைத்து வெளுத்த கூந்தல். பசிய நரம்புகள் புடைத்துத் தசை சுருக்கமடைந்து எலும்புகள் தெரியும் தோள்கள். வற்றி வறண்டு குழிகள் விழிந்த முகம். போர்க் களத்திலிருந்து வந்து கொண்டிருந்த வீரர்களின் கூட்டத்தில் ஒளி குன்றிய அவள் விழிகள் யாரையோ தேடித் துழாவின.

நீண்ட நேரமாகக் கால் கடுக்க நின்று பார்த்துக் கொண்டிருந்தாள். ஆனால் ஏமாற்றம்தான் எஞ்சியது. எல்லோரையும் போலப் போருக்குப் போன அவள் புதல்வன் திரும்பி வரக்காணோம். ஆவல் ததும்பி நிற்கத் துழாவிய அவள் விழிகளுக்கு மகனுடைய முகம் அந்தக் கூட்டத்தில் தென்பட வில்லை. நேரம் ஆக ஆக அவளுக்கு வயிற்றில் புளியைக் கரைத்தது. நம்பிக்கையை மீறிய சந்தேக நிழல் மனவிளிம்பில் மெல்லப்படியத் தொடங்கியது. போர்க்களத்திலிருந்து வந்து கொண்டிருக்கும் வீரர்கள் எவரையாவது கேட்டுப் பார்க்கலாம் என்று நினைத்தாள். மகனின்

அடையாளத்தைச் சொல்லி ‘அவன் என்ன ஆனான்?’ என்று கேட்டால் பதில் சொல்லாமலா போய் விடுவார்கள்? கிழவிக்குத் துணிவு வந்தது. தளர்ந்த நடை நடந்து கூட்டத்தை நெருங்கினாள். கூட்டத்தில் வந்து கொண்டிருந்த வீரர்களோ வேகமாக நடந்து போய்க் கொண்டிருந்தார்கள்.

“ஐயா! ஐயா! கொஞ்சம் நில்லுங்களேன்.”

“ஏன் கிழவி? உனக்கென்ன வேண்டும்? எதற்காக இப்படி இந்த நெருக்கடியில் வந்து இடிபடுகிறாய்?”

“உங்களை ஒன்று கேட்க வேண்டும் ஐயா! தயவு செய்து கொஞ்சம் பதில் சொல்லிவிட்டுப் போங்களேன்.” .

“என்ன கேட்க வேண்டுமோ, அதை விரைவாகக் கேள். எனக்கு அவசரம், வி ட்டுக்குப் போக வேண்டும்.”

“கோபப்படாதீர்கள் ஐயா என் ஆத்திரம் எனக்கு என் மகன் ஒருவன், உங்களைப் போலவேதான் போருக்குப் போனான். இதுவரை திரும்பி வரக்காணோம்...”

கிழவியை உற்று நோக்கிவிட்டு, “எனக்குத் தெரியாதே பாட்டி வேறு யாரையாவது பார்த்துக் கேளுங்கள்” என்று கூறிச் சென்றான் அந்த வீரன்.

“ஐயா! ஐயா.”

போகிழவி உனக்கு வேறு வேலை இல்லை.”

“ஐயா! நீங்களாவது சொல்லுங்கள் ஐயா! ‘என்ன ஆயிற்றோ?’ என்று பெற்று வயிறு பதறித் துடிக்கிறது...”

“எனக்கு உன் மகனையே தெரியாதேபாட்டி”

“ஐயா! அவன் சிவப்பா, உயரமா.நல்ல அழகு”

“அப்படி ஆயிரம் பேர்! அதிலே யாரென்று நினைவு வைத்துக் கொள்ள முடியும்?’

“.......”

அடுத்து உண்மையிலேயே அவள் மகனைநன்றாகத் தெரிந்த ஒரு வீரன் வந்தான். தன் மகனோடு அடிக்கடி அவன் சுற்றித் திரிந்து பழகுவதைப் பலமுறை அவளே கண்டிருக்கிறாள். மகனைப் பற்றிய

செய்தியை அவனாவது கூறுவான் என்ற ஆவலோடு கிழவி அவனை நெருங்கினாள்.ஆனால் அவனோ அவளைக் கண்டும் காணாதவனைப்போல முகத்தைத் திருப்பிக் கொண்டு போக முயன்றான்.

"இந்தாப்பா! உன்னைத்தானே?" கிழவி அவனைவிட வில்லை.

"என்ன பாட்டி?"

"என் மகனைப் பற்றி....?"

அவன் கிழவியைப் பரிதாபகரமாகப் பார்த்தான். பரக்கப் பரக்க விழித்தான்.பின்பு பேசாமல் முகத்தைத் திருப்பிக் கொண்டு விறுவிறுவென்று நடந்துவிட்டான்.

"ஏய் ஏய்! என்னப்பா? பதிலே சொல்லாமல் போகிறாய்?" கிழவி கூப்பாடு போட்டாள். ஆனால் அவன் திரும்பிப்பார்க்கவே இல்லை. வேகமாக நடந்து கிழவியின் கண்களிலிருந்து மறைந்து விட்டான். விசாரித்து விசாரித்து வாய் அலுத்துவிட்டது கிழவிக்கு. ஒன்றும் செய்யத் தோன்றாமல் ஏமாற்றம் நிலவ அப்படியே நின்றுவிட்டாள்.

ஆரம்பத்திலிருந்து இந்தக் கிழவியின் செய்கைகளையும் பரபரப்பையும் வேடிக்கை பார்த்துக் கொண்டு தெருவோரத்தில் நின்றனர் சில விடலைப் பிள்ளைகள். இவர்களில் ஒருவனுக்கு இந்தக் கிழவியின் மகன் என்ன ஆனான் என்ற உண்மை தெரியும். கிழவியின் மகன் மார்பிலே புண்பட்டு வீர சுவர்க்கம் அடைந்துவிட்டான் என்பதை இவன் எப்படியோ விசாரித்து தெரிந்து வைத்துக் கொண்டிருந்தான்.

தங்களுக்குத் தெரிந்த உண்மையை வேறொருவிதமாக மாற்றிச் சொல்லிக் கிழவியை ஏமாற்றி வேடிக்கை பார்க்க வேண்டும் என்று ஒரு குறும்புத்தனமான ஆசை இவர்களுக்கு ஏற்பட்டிருந்தது. விடலைப் பிள்ளைகள்தானே?. அதனால் விடலைத்தனமான ஆசை ஏற்பட்டது.

"கிழவி! கிழவி" உன் மகன் என்ன ஆனான் என்பது

எங்களுக்குத் தெரியும்." தாங்களாகவே வலுவில் கிழவிக்கு முன்போய் நின்றுகொண்டு இப்படிக் கூறினார்கள் இவர்கள்.

"அப்படியா? நீங்கள் நன்றாயிருக்க வேண்டும். உங்களுக்கு எல்லா நன்மைகளும் பெருகட்டும்.என் மகன் எங்கேயிருக்கிறான் அப்பா?"

"பாட்டி சொன்னால் கோபித்துக் கொள்ளமாட்டீர்களே?"

"கோபம் என்ன பிள்ளைகளா? சொல்லுங்கள்..."

"உன் மகன் இப்போது இந்த உலகத்திலேயே இல்லை. போரில் பகைவர்களுக்குப் புறமுதுகுகாட்டி ஓடி முதுகில் அம்பு பாய்ந்து இறந்து போய்விட்டான்."

"என்ன? என்ன? என் மகனா? புறமுதுகு காட்டியா இறந்தான்? இருக்காதப்பா. அவன் மானமுள்ளவன். கனவிலும் அப்படி இறக்க நினைக்கமாட்டானே?"

"நாங்கள் பொய்யா சொல்கிறோம்?"

அவன் இறந்துவிட்டான் என்ற துயரம்கூட அவளுக்குப் பெரிதாகத் தோன்றவில்லை. அவன் முதுகில் புண்பட்டு இறந்தான் என்று கேட்டதுதான் அவள் இதயத்தைக் குமுறச் செய்தது. அவள் வீரக்குடியிலே பிறந்து வீரக்குடியிலே வாழ்க்கைப்பட்டு வீரனை மகனாகப் பெற்றவள் 'மானமில்லாத காரியத்தை மகன் செய்து விட்டான்' என்றெண்ணுகிற போதே அவள் மனம் கொதித்தது.

"என் மகன் முதுகில் புண்பட்டு இறந்திருப்பானாயின் அவனுக்குப் பால் கொடுத்த இந்த மார்பை அறுத்தாவது என் களங்கத்தை, அவனைப் பெற்றுப் பாலூட்டிய களங்கதைப் போக்கிக் கொள்வேன். இதோ இப்போதே புறப்படுகின்றேன் போர்க்களத்திற்கு. ஆத்திரத்தோடு அறைகூவிக் கொண்டே அங்கிருந்து கிளம்பினாள் கிழவி.

அவள் தலை மறைந்ததும் அவர்கள் கைகொட்டிச் சிரித்து மகிழ்ந்தனர். மார்பிலே புண்பட்டு வீரனாக மாண்ட அவனை முதுகிலே புண்பட்டுக் கோழையாக இறந்ததாகக் கூறிக் கிழவியை ஏமாற்றிவிட்ட பெருமை அவர்களுக்கு.

கிழவி போர்க்களத்துக்குப் புறப்பட்டபோது நன்றாக இருட்டிவிட்டது. அவள் கையில் ஒரு தீவட்டி இருந்தது. போர்க்களத்தில் ஒரே பிணங்களின் குவியல். இடறி விழுந்து விடாமல் சமாளித்துக் கொண்டு நடப்பது சிரமமாக இருந்தது அவளுக்கு அவள் மனத்தில் ஒரு வெறி. மகன் எப்படி இறந்தான் என்பதை அறிந்து கொள்ள ஒரு துடிப்பு. ஒவ்வொரு உடலாகப் புரட்டிப் பார்த்துக் கொண்டே அந்த நள்ளிரவில் தன்னந்தனியே போர்க்களத்தைச் சுற்றிக் கொண்டிருந்தாள் அவள். அவள் இடையில் ஒரு வாளும் துணையிருந்தது.

தளர்ந்த அவள் உடலில் நடுக்கம் சிறிதுமில்லை. உள்ளத்தில் தனிமையும் இருளும் பயத்தை உண்டாக்கவில்லை. உறுதி! மகனின் ஆண்மையைப் பரிசோதிக்கின்ற உறுதி ஒன்றுதான் அவள் உள்ளத்தில் நிறைந்திருந்தது. பெற்ற பிள்ளையை, ஒரே பிள்ளையை இழந்த துயரம் இருக்க வேண்டிய இடமான மனத்தில் அவன் இறந்த விதத்தை அறிந்து கொள்ளுகிற ஆவலே விஞ்சி நின்றது.

“இதோ, கண்டுபிடித்துவிட்டாள். இது அவள் மகனின் சடலம்தான். ஆனால் இதென்ன? அவன் மார்பிலல்லவா புண்பட்டு இறந்திருக்கிறான்? முதுகில் கடுகளவு இரத்த காயம்கூடக் கிடையாது. அவளுடைய மனம் பூரித்தது! அவள் மகன் அவளை ஏமாற்றிவிடவில்லை. அவளுடைய குடியின் பெருமையைக் காப்பாற்றிவிட்டான். அந்த விடலைப் பிள்ளைகள் வேண்டுமென்றே பொய் சொல்லியிருப்பதை அவள் இப்போது தான் புரிந்து கொண்டாள். பெற்ற வயிறு பெருமை கொண்டது. அழவேண்டியவள் ஆனந்தக் கண்ணிர் சிந்தினாள். பத்துத் திங்கள் சுமந்து அவனைப் பெற்றபோது அடைந்த மகிழ்ச்சி சாதாரணமானது! இப்போது அடைந்த பெருமை...?”

இது ஈடுஇணையற்ற ஒரு வீரத்தாயின் பெருமை. ஒரு வீரனைப் பெற்றவளின் பெருமை!

இந்தப் பெருமை வெறும் பெருமையா? ஆயிரமாயிரம் பெருங்காப்பியங்கள் பாடவேண்டிய பெருமை அல்லவா?

நரம்புஎழுந்து உலறிய நிரம்பா மென்தோள்
முளரி மருங்கின் முதியோள் சிறுவன்
படையழிந்து மாறினன் என்றுபலர் கூற
மண்டமர்க் குடைந்தன னாயின் உண்டஎன்
முலையறுத் திடுவென் யான்எனச் சினைஇக்
கொண்ட வாளொடு படுபிணம் பெயராச்
செங்களந் துழவுவோள் சிதைந்து வேறாகிய
படுமகன் கிடக்கை காணுஉ
ஈன்ற ஞான்றினும் பெரிதுவந்தனளே! (புறநானூறு- 278)

உலறிய = புடைத்துத் தளர்ந்த மண்டமர் = நெருங்கிய போர், உடைந்தனன் = தோற்றான், சினைஇ= சினந்து பெயரா புரளுகின்ற, செங்களம்= போர்க்களம், கானுஉ= கண்டு, ஞான்றினும்= போதைத் காட்டிலும், உவந்தனள் = மகிழ்ந்தாள்.

16. மழலை இன்பம்

"அப்படியானால் எனக்கும் மகிழ்ச்சிதான் தாயே! அந்தத் தத்துவத்தை நானும் விளக்கமாகத் தெரிந்து கொள்ளவே ஆசைப்படுகிறேன்" அதியமான் குழைவான குரலில் வேண்டிக் கொண்டான்.

"கலை, கவிதை, கற்பனை இவைகளில் ஈடுபட்டுச் சுவைப்பதற்கு என்ன இருக்கிறது என்று சிலர் இவற்றை வெறுக்கிறார்கள். ஏட்டுச் சுரைக்காய் என்று இகழவும் செய்கின்றார்கள். குழந்தையின் மழலையில் யாழைப் போன்ற இனிமை இல்லை. சொற்களையோ எழுத்துக்களையோ, மாத்திரை, காலம், ஒலி வரம்பு இவைகளையோ மீறியே உச்சரிக்கின்றன குழந்தைகள். உளறிக் குழறும் அந்தஒலிகளுக்குப் பொருளும் கிடையாது. ஆனால் இவ்வளவு குறைபாடுகளும் நிறைந்த அந்த மழலை மொழிகள் பெற்றோர்க்கு மட்டும் தேவகானமாகத் தோன்றுகின்றன. இது ஏன் அதியா? உன்னால் கூறமுடியுமா?"

"குழந்தைகள் மேல் பெற்றோருக்குள்ள அன்பும் பாசமுமே பெரும்பான்மையான காரணம் தவிர, முற்றாத அந்த இளம் மொழிகளில் ஒருவகைக் கவர்ச்சியும் இருக்கிறது. எனக்குத் தோன்றும் காரணம் இவ்வளவுதான் தாயே!"

"நல்லது அப்படியானால் கலையையும் கவிதையையும், கற்பனையையும் இரசிக்க வேண்டுமானாலும் அவைகளை இயற்றும் கவிஞர்களின்மேல் அன்பும் பாசமும் இருந்தால்தானே முடியும்? கவிஞர்களையும் சிற்பிகளையும் அன்போடும் ஆதரவோடும் போற்றிப் பேணத் தெரியாதவர்கள், கவிதை களையும் சிற்பங்களையும் எப்படி மெய்யாக ரசிக்க முடியும்? குழந்தையின்மேல் பெற்றோருக்கு இருக்கிற பாசமும் அன்புமே குறைபாடுகள் நிறைந்த அதன் மழலையைச் சுவையோட கேட்கச் செய்யும் உணர்வை உண்டாக்குகின்றன. கலைஞர்களின்மேல் மெய்யான அன்பும் பாசமும் அனுதாபமும் இல்லாதவர்கள்

கலைகளை ஏட்டுச் சுரைக்காய் என்று கூறாமல் வேறென்ன செய்வார்கள்? என்ன, நான் சொல்வது விளங்குகிறதா?"

"விளங்குகிறது தாயே கவிதை முதலிய கலைகளை மழலை மொழிகளோடு ஒப்பிடுகிறீர்கள். கவிஞர் முதலியோரைச் சூது வாதற்ற குழந்தைகளாக உருவகப்படுத்துகிறீர்கள். இரசிகர்கள் பெற்றோர்களைப் போன்ற அன்பும் பாசமும் கொண்டவர்களாக இருந்தாலொழிய எந்தக் கலைக்கும் நல்ல பாராட்டும் வாழ்வும் கிடைக்க இயலாது என்று கூறுகிறீர்கள். ஆகா! அற்புதமான தத்துவம்! என்ன உன்னதமான கருத்து? எவ்வளவு அருமையாக ஒப்பிட்டு விளக்கிவிட்டீர்கள்!"

"அதியா! நான் சொன்னால் நீ கோபித்துக் கொள்ள மாட்டாயே..? சொல்லட்டுமா?"

"தாங்கள் கூறி நான் எதற்குக் கோபித்துக் கொண்டிருக்கிறேன் தாயே! அஞ்சாமல் கூறுங்கள். கேட்க ஆவலாயிருக்கிறேன்."

"கவிஞர்களைத் தன் குழந்தைகள்போலக் கருதி அன்பும் பாசமும் அனுதாபமும் கொண்டு பேணக்கூடிய பொறுப்பு உணர்ந்த அரசன் இந்தத் தமிழ்நாட்டில் ஒரே ஒருவன்தான் இருக்கிறான்.அந்த ஒருவனுக்குக் கவிதைகள் என்றால் தான் பெற்ற குழந்தைகளின் அமிழ்தினும் இனிய மழலையைக் கேட்பது போன்ற இன்பம்தான். கவிஞர்கள் என்றால் அவனுக்கு உயிர். 'கவிதையைவிடக் காவிய கர்த்தா உயர்ந்தவன். காவிய கர்த்தாவைவிட அவன் ஆன்மா உயர்ந்து விளங்குவது. காவிய கர்த்தாவும் அவன் ஆன்மாவும் இல்லை என்றால் கவிதையே இல்லை என்பதையெல்லாம் நன்றாக அறிந்தவன் அந்த ஒரே ஒரு அரசன்தான்.'

"அந்த மகாபாக்கியசாலி யார் தாயே? நான் அறிந்து கொள்ளலாமோ?" அதியமானின் குரலில் ஏக்கம் இழையோடியது.

"அந்தப் பாக்கியசாலியின் பெயர் அதியமான் என்று சொல்வார்கள்" ஒளவையார் கலகலவென்று வாய்விட்டு நகைத்துக்கொண்டே கூறினார். அதியமான் நாணித் தலைகுனிந்து விட்டான். பணிவின் வெட்கம் அவனைத் தலைவணங்கச்

செய்துவிட்டது!

யாழொடும் கொள்ள பொழுதொடும் புணரா
பொருளறி வாரா ஆயினும் தந்தையர்க்கு
அருள் வந்தனவால் புதல்வர்தம் மழலை
என்வாய்ச் சொல்லும் அன்ன ஒன்னார்
கடிமதில் அரண்பல கடந்த
நெடுமான் அஞ்சிநீ அருணன் மாறே! (புறநானூறு - 92)

புணரா=சேர்ந்திரா, புதல்வர்= குழந்தைகள், மழலை = குழந்தை மொழி, ஒன்னார் = பகைவர், மதில் = கோட்டைச் சுவர்.

17. வெட்கம்! வெட்கம்!

சோழன் கிள்ளிவளவன் கருவூரை வளைத்துக்
காண்டிருந்தான். கருவூர் மன்னனோ வளவனின் முற்றுகைக்கு
ஆற்றாமல் புவியயைக் கண்ட ஆடுபோல அஞ்சி நடுங்கிக்
கோட்டைக்குள்ளே பதுங்கிக் கிடந்தான். "இவன் பயந்து
கிடக்கிறானே! இந்தக் கோழையோடு நமக்கு என்ன போர் வேண்டிக்
கிடக்கிறது" என்று நினைத்துக் கிள்ளிவளவனாவது முற்றுகையைத்
தளர்த்திப்போரையும் விட்டிருக்கலாம். அதுவும் இல்லை. அவன்
முற்றுகையும் உடும்புப் பிடியாக நீடித்தது.இவன் நடுக்கமும்
பயமும் நாளுக்கு நாள் பெருகி வளர்ந்து கொண்டிருந்தது.

இந்த நிலையில் இரண்டு பக்கமுமுள்ள துயரங்களை
உணர்ந்து அவற்றைத் தவிர்க்க ஏதாவது செய்ய நினைத்தார்
ஆலத்தூர்கிழார் என்ற புலவர். கிள்ளிவளவனுக்கு நண்பர் அவர்.
பெருவீரனும் பேரரசனுமாகிய வளவன் பயங்கொள்ளியாகிய ஒரு
சிற்றரசனை அவன் கோட்டைக் கதவுகளை அடைத்துக் கொண்டு
ஒடுங்கிக் கிடந்தபோதும் எதிர்ந்து நின்றநிலை தகுதிவாய்ந்த
தாகப்படவில்லை அவருக்கு, 'செத்த பாம்பை அடிப்பதுபோல இழிந்த
முயற்சி இது என்று எண்ணினார். உடனே கருவூருக்கு விரைந்து
சென்றார்.

ஆலத்தூர் கிழார் கருவூர்க் கோட்டையினருகே வெளிப்
புறத்திலிருந்த வளவனின் பாசறைக்குச் சென்று அவனைக் கண்டார்.
கிள்ளிவளவன் மரியாதையோடு அவரை வரவேற்று உபசரித்தான்.

"கிள்ளி! உன்னுடைய இந்த முற்றுகையைக் கண்டு நான்
வெட்கப்படுகிறேன்."

"என்ன? என்னுடைய முற்றுகை வெட்கப்படத்தக்க செயல்
என்றா சொல்கிறீர்கள்?"

"ஆம் கிள்ளி! சந்தேகமில்லாமல் இது வெட்கப்படத்தக்க
செயல்தான்.நீ போர் செய்தாலும்போர் செய்யாவிட்டாலும் உன் புகழ்

குன்றப்போவது இல்லை. உன் பெருமை உனக்கே தெரியும், நான் சொல்லி நீ தெரிந்து கொள்ள வேண்டியதில்லை..."

"பீடிகை இருக்கட்டும் புலவரே! விஷயத்தைச் சொல்லுங்கள்" கிள்ளிவளவன் ஆத்திரப்பட்டான்.

"பொறு கிள்ளி உன்னிடம் சொல்லுவதற்குத்தானே நான் இங்கே வந்திருக்கிறேன். உன் வீரர்கள் அந்தக் கருவூரானின் காவல் மரங்களைக் கோடாரியால் வெட்டி வீழ்த்துகின்ற ஒசை கோட்டைக்குள் அவன் செவிகளிலும் கேட்கத்தான் கேட்கிறது. ஆனால் கோழையாகிய அவன் காவல் மரங்களை அழிக்கும் போதும் தன் உயிருக்கு அஞ்சிக் கோட்டையைவிட்டு வெளியே வந்து போர் செய்யாமல் பதுங்கிக் கிடக்கின்றான். எவ்வளவு கோழையாயிருந்தாலும் தன் காவல் மரங்களை மாற்றான் பற்றுவதைக் கண்டு எவனும் பொறுத்து வாளா இருக்க மாட்டான். அவன்கோழையிலும் கோழை. ஆகவேதான் கதவடைத்துக் கொண்டு கிடக்கிறான். வளவர் மன்னவா இந்தக் கோழையோடு போர் செய்வதற்காக அவனை ஒரு வீரமுள்ள மனிதனாக மதித்து வானவில் போலநிறங்களால் அழகிய உன் முரசத்தை முழங்கி நீபோருக்காக முற்றுகையிடலாமா? வெட்கம்! வெட்கம்! இதைவிட வெட்கப்படத்தக்க காரியம் வேறென்ன இருக்க முடியும்?" ஆலத்ததூர் கிழார் பேசி முடித்துவிட்டுக் கிள்ளிவளவனின் முகத்தைப் பார்த்தார்.

அவன் முகத்தில் சிந்தனைக் குறிகள் தென்பட்டன. வளவன் ஒரு காவல்காரனைக் கூப்பிட்டுப் படைத்தலைவனை அழைத்து வருமாறு பணித்தான். படைத்தலைவன் வந்து வணங்கி நின்றான்.

"நம் படைகளும் நாமும் இன்றே தலைநகர் திரும்ப வேண்டும்! இந்தப் போர் தேவையில்லை நமக்கு. உடனே நகர் திரும்ப ஏற்பாடு செய்" ஆணை பிறந்தது அரசனிடமிருந்து.

ஆலத்ததூர் கிழார் மனமகிழ்ந்து அவனைப் பாராட்டினார். கிள்ளி அவருக்கு நன்றி செலுத்தினான்.

அடுநை யாயினும் விடுநை யாயினும்

நீஅளந் தறிதிநின் புரைமை வார்கோல்
செறியரிச் சிலம்பின் குறுந்தொடி மகளிர்
பொலஞ்செய் இழங்கிற் றெற்றி யாடும்
தண்ணான் பொருநை வெண்மணல் சிதையக்
கருங்கைக் கொல்லன் அரஞ்செ யவ்வாய்
நெடுங்கை நவியம் பாய்தலின் நிலையழிந்து
வீகமழ் நெடுஞ்சினை புலம்பக் காவுதொறும்
கடிமரம் தடியும் ஒசை தன்னூர்
நெடுமதில் வரைப்பில் கடிமனை இயம்ப
ஆங்கினி திருந்த வேந்தனோ டிங்குநின்
சிலைத்தார் முரசங் கறங்க
மலைத்தனை யென்பது நாணுத்தக வுடைத்தே (புறநானூறு-36)

18. புலியும் எலியும்

"உங்களுக்குப் புலியைப் போன்ற நண்பர்கள் வேண்டுமா? எலியைப் போன்ற நண்பர்கள் வேண்டுமா?" என்று நம்மை நோக்கி ஒரு கேள்வி கேட்கிறான் பழைய காலத்துச் சோழ அரசன் நல்லுருத்திரன்.

"புலியைப் போன்ற நண்பர்கள் என்றால் என்ன? எலியைப் போன்ற நண்பர்கள் என்றால் என்ன? அதைப் பற்றியே எங்களுக்கு முதலில் தெரியாதே தெரிந்துகொண்ட பின்பல்லவா நாங்கள் உன் கேள்விக்கு விடை சொல்ல முடியும்!"

"பரவாயில்லை! என்னோடு வாருங்கள். புலியின் வாழ்க்கையையும் எலியின் வாழ்க்கையையும் உங்களுக்கு நிதரிசனமாகக் காட்டுகிறேன்."

"ஐயையோ! புலியைப் பார்க்க வேண்டுமானால் காட்டுக்கல்லவா போக வேண்டும்!"

"ஆம், காட்டுக்குத்தான் போக வேண்டும் காட்டில்தான் மனிதனின் ஆதி நாகரிகம் தோன்றியது. காட்டில்தான் வாழ்வின் ஆதி உண்மைகள் அடங்கியிருக்கின்றன. அங்கே போய்த்தான் இந்த மாதிரிப் புதிர்களை விடுவித்துக்கொள்ள முடியும்?"

சோழன் நல்லுருத்திரனைப் பின்பற்றித் துணிவாகக் காட்டுக்குப் போகிறோம் நாம். புலியையும் எலியையும் பற்றித் தெரிந்து கொள்ளத்தான்! புலியும் எலியும் நமக்குப் புதியவை அல்ல. அவைகளைப் பற்றி இந்த அரசன் நமக்குச் சொல்லி விளக்கப் போகின்றானே உண்மைகள்; அவைகள்தாம் முற்றிலும் புதியவை.

இதோ ஒரு பெரிய நெல் வயல், முதிர்ந்து தலைசாய்த்த நெற்கதிர்கள். இடையே வரப்பில் ஏதோ துள்ளி ஓடுகிறதே? அது என்ன? அருகில் நெருங்கிப் பார்க்கிறோம். அது ஒர் எலி, என்ன செய்கிறது? வயிலிலுள்ள நெற்கதிர்களை அறுத்து, தன் பற்களினால் கடித்துத் துண்டிக்கிறது. வரப்போரத்திலுள்ள பொந்தில் ஒவ்வொரு

கதிராகக் கொண்டுபோய் வைத்துவிட்டு வருகிறது. திருட்டு வேலை
திருட்டுச்சொத்து திருடிக் கொண்டு போய்த் தானும் உண்ணாமல்
பிறருக்கும் பயன்படுத்தாமல் பொந்துக்குள் கொண்டுபோய் நிரப்பி
வைக்கிறது! எத்தனை அழகிய நெற்கதிர்கள் இப்படிப்
பாழாகிவிட்டன? இன்னும் பாழாகப் போகின்றவை எத்தனையோ?
பயனற்ற கொலை வாழ்க்கை. இதுதான் எலியின் வாழ்வு
திருட்டுத்தனத்தோடு கூடிய அர்த்தமில்லாத அற்ப வாழ்வு.
மனிதர்களிலும் இப்படி எலிகள் இருக்கின்றனர். பிறரை ஏமாற்றித்
தன்னையும் ஏமாற்றிக் கொள்கின்ற மனித எலிகள் அநேகம்
இப்படிப்பட்ட எலிகள் நமக்கு நண்பர்களாகலாமா? கூடாது? கூடாது!
கூடவே கூடாது! வாழ்க்கை என்றால் அதற்கு மனம் வேண்டும்.
அந்த மனத்தில் மானம் வேண்டும் மனமும், அதில் மானமும்
இல்லாமல் என்ன வாழ்வு வேண்டிக்கிடக்கிறது? மானமில்லத சிறிய
கேவலமான திருட்டு முயற்சியால் வாழ முயல்வதைக் காட்டிலும்
சாவது எவ்வளவோ உயர்வாக இருக்குமே! போகட்டும்.

        எலியின் கதையைப் பார்த்தாகிவிட்டது. இனிமேல் புலியின்
கதையைப் பார்ப்போம். புலியை வயலில் பார்க்க முடியாதே!
இன்னும் கொஞ்சம் அடர்ந்த காட்டிற்குள் போவோம்.அதோ ஓர்
அடர்ந்த புதர் அந்தப் புதருக்கு எதிரே உள்ள மரத்தின்மேல் ஏறி
உட்கார்ந்து கொள்வோம்!

        'ஆ! அதென்ன? அந்தப் புதருக்கு அருகில் கருமையாக ஏதோ
சிறு குன்றைப்போல் அசைகின்றதே? அது ஒரு யானை அங்கே
புதருக்கு அருகில் மேய்ந்து கொண்டிருக்கிறது. சிறிதுநேரம்
ஆயிற்று. புதருக்குள் செடி கொடிகள் அசைகின்றன. ஏதோ சலசலப்பு
உண்டாகிறது. யானை மிரண்டுபோய்த் திடுக்கிட்டு நிமிர்ந்து
பார்க்கிறது. புதரில் சலசலப்பு அதிகமாகின்றது.

        அடுத்த விநாடி காடே அதிர்ந்து போகும்படி பெரிய கர்ஜனை
புதருக்குள் இருந்து கிளம்புகின்றது. யானை மிரண்டு ஓட
அடியெடுத்து வைப்பதற்குள் புதருக்குள்ளிருந்து பெரிய
வேங்கைப்புலி ஒன்று அதன் மத்தகத்தில் வேகமாக மோதிப்

பாய்கிறது. யானையின் குரூரமான பிளிறலும், பசிமிக்க வேங்கையின் போர் முழக்கமும் காட்டையே கிடுகிடுக்கச் செய்கின்றன. யானை புலியைத் தாக்க, புலி யானையைத் தாக்க ஒரே இரத்தக் களறியாயிற்று. புலிக்கு வலிமை அதிகம். போதாத குறைக்கு அப்போது அதற்குப் பசி நேரம் வேறு. யானையின் ஆற்றல் அதற்குமுன் எடுபடவில்லை. மத்தகத்தைப் பிளந்து தன் வெறிக்கு யானையின் உயிரை இரையாக்கிக் கொள்ளத் துடித்தது புலி யானை கொஞ்சம் கொஞ்சமாக உயிரொடுங்கி ஈனஸ்வரத்தில் அலறிக் கொண்டு புவியின் இடது பக்கம் பொத்தென்று வேரற்ற மரம்போல விழுந்துவிட்டது.

என்ன ஆச்சரியம்? புலிக்கு நல்ல பசியாக இருந்தும் அது யானையை உண்ணவில்லை. யானை இடப்பக்கம் விழுந்திருக் கிறது என்பதைப் பார்த்துக் கொண்டே பேசாமல் போய் விட்டது. புலியினிடத்தில் மானம் நிறைந்த ஒரு பண்பு உண்டு! தான் கொன்ற பிராணி தனக்கு வலது பக்கத்தில் விழுந்தால்தான் உண்ணும். இடது பக்கம் விழுந்தால் தனக்குத் தோல்வி என்று கருதி உண்ணாது இன்னும் சிறிது நேரம் அங்கே தாமதித்துப் பார்க்கிறோம். புலி யானையை உண்ணாமல் அங்கேயே வட்டம்போட்டுக் கொண்டிருக்கிறது. சிறிது நேரத்தில் அந்தப் பக்கமாக ஒரு காட்டுப் பசு வருகிறது.புலி பதுங்கிப் பதுங்கி அந்த பசுவின்மேல் குபிரென்று பாய்கிறது. பசுவை அடித்துத் தள்ளுகிறது. இறந்துபோன காட்டுப் பசு புவியின் வலது பக்கம் விழுகிறது. புலி மகிழ்ச்சியோடு அந்தக் காட்டுப் பசுவைத் தனக்கு உணவாக உண்பதற்காகத் தன் குகைக்கு இழுத்துச் செல்கின்றது. ஆகா! இந்தப் புலிக்குத்தான் எவ்வளவு மானப் பண்பு மனம் என்றால் அதில் இப்படியல்லவா ஒரு மானப் பண்பு அமைந்திருக்க வேண்டும் இதுதான் புலியின் கதை இப்போது சொல்லுங்கள் திருடி ஒளித்துவைக்கும் எலிபோன்ற கேவலமான நண்பர்கள் வேண்டுமா? மானமே பெரிதென்று எண்ணி உணவை உண்ண மறுக்கும் புலி போன்ற நண்பர்கள் வேண்டுமா? சோழ அரசன் நம்மை நோக்கிக் கேட்கிறான். நாம் என்ன சொல்லுவோம்?

சந்தேகமென்ன? 'புலி' என்றுதான் சொல்லுவோம்.

சிறுமையைச் செய்து சிறுமையை அடையும் எலிய சிறுமையை வெறுத்துப் பெருமையை அடையும் புலி இரண்டில் புலிதானே சிறந்தது! விளைபதச் சீறிடம் நோக்கி வளைகதிர்

வல்சி கொண்டு அளைமல்க வைக்கும்
எலிமுயன் றனைய ராகி உள்ளதம்
வளன்வலி உறுக்கும் உளமி லாளரோடு
இயைந்த கேண்மை இல்லாகி யரோ
கடுங்கண் வேழம் இடம்பட வீழ்ந்தென
அன்றவண் உண்ணா தாகி வழிநாள்
பெருமலை விடரகம் புலம்பு வேட்டெழுந்
திருங்களிற் றொருத்தல் நல்வலம் படுக்கும்
புலிபசித் தன்ன மெலிவில் உள்ளத்து
உரனுடையாளர் கேண்மையொடு
இயைந்த வைகல் உளவாகி யரோ! (புறநானூறு - 190)

பதம் = பருவம், சீறிடம்=சிறிய இடம், வல்சி = இரை, அளை = பொந்து, மல்க=நிறைய வலிஇறுக்கம்= சேர்த்து வைக்கும், கேண்மை =நட்பு, வேழம் = யானை, விடரகம் = கணவாய், களிற்றொருத்தல் = ஆண் யானை, மெலிவில் = சிறுமையில்லாத, உரனுடையாளர் = வலிமையாளர், வைகல்= நாட்கள். -

19. மனம்தான் காரணம்

“பிசிராந்தையாரே! உமக்கு என்ன ஐயா வயது இப்போது”

“ஏன்? எவ்வளவு இருக்கலாம் என்று நீங்கள்தான் ஒரு மதிப்புப் போட்டுச் சொல்லுங்களேன் பார்ப்போம்” தம்மிடம் கேள்வி கேட்ட புலவர்களைப் பார்த்து எதிர்க் கேள்வி போட்டார் பிசிராந்தையார்.

“உம்மைப் பார்த்தால் முப்பது அல்லது முப்பத்தைந்து வயதுக்குமேல் மதிக்க முடியாது!”

“நிஜம்தானா?”

“சந்தேகமென்ன? அதற்குமேல் மதிப்பதற்கு உம்முடைய தோற்றம் இடங்கொடுக்காது!”

“என் உண்மை வயதுக்கும் நீங்கள் கூறுவதற்கும் நிறைய வித்தியாசம் இருக்கும் போலிருக்கிறதே?”

“அப்படியானால் உம்முடைய உண்மை வயதுதான் என்ன? சொல்லுமேன்!”

“சொல்லட்டுமா? நான்சொன்னால் நீங்கள் நம்ப மாட்டீர்களே? பொய் சொல்கிறேன் என்பீர்கள்!”

“பரவாயில்லை சொல்லுங்கள்...”

“இப்போது எனக்கு அறுபத்தெட்டாவது வயது நடக்கின்றது.”

“என்ன? அறுபத்தெட்டா? நாங்கள் ஆச்சரியப்பட வேண்டுமென்பதற்காக வேண்டுமென்றே பொய் சொல்கிறீரா?” “நான் நிஜத்தைத்தான் சொல்கின்றேன். உங்களால் நம்பமுடியவில்லை என்றால் அதற்காக நான் என்ன செய்ய முடியும்?”

“எப்படி ஐயா நம்ப முடியும்? தலை சிறிதுகூட நரைக்க வில்லை. தோலிலும், தசையிலும் கொஞ்சம்கூட சுருக்கம் விழக்கானோம். இருப்பத்தைந்து வயது வாலிபன் மாதிரிக் குடுகுடு என்று நடக்கிறீர். கண்கள் தாமரை இதழ்களைப்போல மலர்ச்சியும் ஒளியும் குன்றாமல் இருக்கின்றன. உமக்கு அறுபது வயதுக்கு மேல்

ஆகிவிட்டதென்றால் படைத்தவனே வந்து சத்தியம் பண்ணினாலும் நம்ப முடியாதே ஐயா!"

"நம்ப முடியாவிட்டால் என்ன? உண்மையைப் பொய்யாக மாற்றிவிடவா முடியும்?"

"முடியாது என்றாலும் காரணத்தைத் தெரிந்து கொள்ளலாமல்லவா?"

"காரணம் என்னவோ சர்வ சாதாரணமானதுதான்!"

"இல்லை, பிசிராந்தையாரே! இந்த அழியா இளமையின் காரணம் ஏதோ பெரிய இரகசியமாகத்தான் இருக்க வேண்டும். சர்வ சாதாரணமாக இருக்க முடியாது."

"என் மனைவி மாட்சிமை நிரம்பியவள். எனக்கு மக்களும் உள்ளனர். அவர்கள் அறிவு நிரம்பிய மக்கள். என்னுடைய ஏவலாளர்கள் ஒருபோதும் என் கருத்துக்கு மாறாக நடந்து கொண்டதில்லை. எம்நாட்டு அரசன் தீமை புரியாத நல்வழியில் நடக்கிறான். சான்றோர்கள் நிறைந்த நல்ல ஊரில் நான் வாழ்கிறேன்!"

"அது சரி. இவைகளுக்கும் உம்முடைய இளமைக்கும் என்ன ஐயா சம்பந்தம்?"

"சம்பந்தம் இருப்பதனால்தான் சொல்லுகிறேன்!"

"அந்தச் சம்பந்தம் எங்களுக்குப் புரியவில்லையே?"

"புரியாதுதான்! புரிய வைக்கிறேன்! கேளும்"

"சொல்லுங்கள் கேட்கிறேன்."

"உடல் மூப்பு அடைவதும், அடையாததும் மனத்தைப் பொறுத்து அமைகின்றது. கவலைகள் குறைந்து மனம் உற்சாகமாக இருந்தால், ஒருவனுடைய உடலும் உற்சாகமாக இருக்கிறது. எனக்கு மனைவியாலும் கவலை இல்லை, மக்களாலும் கவலை இல்லை. ஏவலாளர்களாலும் கவலை இல்லை. என் நாட்டு அரசாட்சியினாலும் கவலை இல்லை. என்னைச் சுற்றி வாழுகின்றவர்களாலும் கவலை இல்லை. சான்றோர்களின் அறிவைப் பருகி என் மனம் புஷ்டியாக இருக்கிறது. ஆகவே இளமை

நிறைந்து இருக்கிறது."

"அப்புறம்."

"மனம் நரைக்கவில்லை; திரைக்கவில்லை; சுருங்கவில்லை; தளரவில்லை; தாழவில்லை! அதனால், உடலும் நரை திரை சுருக்கம், மூப்பு, முதிர்ச்சிக்கு ஆளாகவில்லை. இப்போது புரிகிறதா புதிர்" "புதிர் புரிகிறது! ஆனாலும், உம்முடைய இளமை அதிசயமானது! அற்புதமானது அறுபத்தெட்டு வயதை முப்பது வயதாகக் காட்டும் அளவிற்கு உயரியது."

"ஏதோ, என் பாக்கியம்! இதை நினைத்து நான் ஒரேயடியாகப் பெருமைப்படுவதில்லை!"

"பெருமை, சிறுமை உணர்வுகளை வென்றதனால்தானே நீர் இந்த இளமையைக் காப்பாற்றுகிறீர்."

"இருக்கலாம்!" பிசிராந்தையார் வேண்டா வெறுப்பாகப் பதில் கூறினார்.

சந்தேகமென்ன? இளமைக்கு மனம்தான் காரணம்!

யாண்டு பலவாக நரையில ஆகுதல்
யாங்கு ஆகியர்என வினவுதிர் ஆயின்
மாண்டஎன் மனைவியொடு மக்களும் நிரம்பினர்
யான்கண் டனையர்என் இளையரும் வேந்தனும்
அல்லவை செய்யான் காக்கும் அதன்தலை
ஆன்றவிந் தடங்கிய கொள்கைச்
சான்றோர் பலர்யான் வாழும் ஊரே! (புறநானூறு -191)

யாண்டு = வருஷம், வினவுதிர் = கேட்பீர், மாண்ட = மாட்சிமை உடைய, இளையர் = ஏவலர்கள், அல்லவை=தீமைகள், ஆன்றவிந்து = பெற்றடங்கி, சான்றோர் = அறிவாளிகள்.

20. இந்த உலகம்

நன்கணியார் தெருவழியே நடந்து கொண்டிருந்தார்.
தெருவில் யாரோ ஒருவர் வீட்டில் கலியாணம் போவிக்கிறது.
வாத்தியக்காரன் மங்கலமயமான இராகத்தைத் தெருவெல்லாம்
கேட்கும்படி வாரியிறைத்துக் கொண்டிருந்தான். வீட்டு வாசலில்
அழகான பெரிய பந்தல், பந்தல் தூண்களில் வாழை மரங்கள்;
மாவிலைத் தோரணங்கள். இன்னும் விதவிதமான அலங்கார
மெல்லாம் செய்யப்பட்டிருந்தன. கலியாண வீட்டிற்கு வருவோரும்
போவோருமாகத் தெருவில் ஒரே கூட்டம். நன்கணியாருக்கு மேலே
செல்ல வழிகூடக் கிடைக்கவில்லை. வீட்டிற்குள்ளிருந்து சந்தனம்,
பூ அகில் முதலியவற்றின் இனிய மனம், தெருக்கோடிவரை பரவித்
தெருவில் போவோர், வருவோர் நாசிகளையெல்லாம் நிறையச்
செய்துகொண்டிருந்தது.

வீட்டிலிருந்து வருவோர்,போவோர், முகத்தில் மகிழ்ச்சியும்
மலர்ச்சியும் புன்சிரிப்பும் சாயலிட்டிருந்தன. சிரமப்பட்டு வழியை
விலக்கிக் கொண்டு மேலே நடந்தார் நன்கணியார். அந்த வீட்டின்
இனிய இசை அவர் செவிகளை விட்டு நீங்காமல் துரத்திக்
கொண்டே வந்தது.

கோலமிட்ட வாயில்கள் சில. கோலமிடாத வாயில்கள் சில.
வீடுகளின் கதவிடுக்குகளில் தென்பட்ட பெண்களின் முகங்களில்
சில திலகமும் பூவும் கொண்டன. சில திலகமும் பூவுமின்றிப் பாழ்
நெற்றியும் பாழுங் கூந்தலும் கொண்டவை. மகிழ்ச்சி நிறைவோடு
சில மகளிர் துயர நிறைவோடு சில மகளிர் வீதியின் இரு
மருங்கைப்போல இன்பமும் துன்பமும் நிறைந்த வாழ்க்கை அந்தத்
தெரு நெடுக இறைந்து கிடந்தது. இந்த வேறுபாடுகளின் ஆழத்தில்
இந்த அடையாளங்களின் அர்த்தத்தில வாழ்விற்கே உரிய ஒரு
தத்துவம் மறைவாகப் புதைந்து கிடப்பதைக் கண்டும்
காணாதவரைப்போல நன்கணியார் மேலே மேலே நடந்து சென்று
கொண்டிருந்தார். தெருவில் கண்ட பெண்களில் கணவனுடன் கூடி

வாழ்ந்து மகிழ்வோர் சிலர் கணவனைத்துரம் தொலைவிற்கு அனுப்பிவிட்டுத் துயரமும் கண்ணிருமாக வாழ்வோர் சிலர். கணவனைச் சேர்ந்து வாழும் பெண்கள் சூடிக் கொண்டிருந்த பூ மணம் தெருவே கமகமக்கச் செய்தது. பிரிந்து வாழும்பெண்களின் கண்ணிர்தெருவெல்லாம் நனையச் செய்தது.

பத்துப் பதினைந்து வீடுகள் கடந்தன. ஒரு வீட்டுவாயிலில் மூங்கில் கழிகளைக் குறுக்கும் நெடுக்குமாகத் தறித்துக் கொண்டிருந்தனர்.வீட்டுக்குள்ளிருந்து பலர் கூடி அழுகின்ற ஒலி தெருவில் கோரமாக ஒலித்துக்கொண்டிருந்தது. அங்கும் தெருவில் பலர் கூடி நின்று கொண்டிருந்தார்கள். ஒருவர் முகத்திலாவது புன்னகை இல்லை. ஆடவன் இறந்துவிட்டான் அந்த வீட்டில், அவனுடைய அந்திம யாத்திரைக்கான ஏற்பாடுகள் தாம் அங்கே நடந்து கொண்டிருந்தன. இறக்கப் போகிறவர்கள் இறந்தவனுக்காக அழுது புலம்பிக் கொண்டிருந்தார்கள்.

இங்கும் புலவருக்கு மேலே நடந்து செல்ல வழி இல்லை. சில விநாடிகள் தயங்கி நின்றார். அந்த வீட்டையும் ஏற இறங்கப் பார்த்தார். பழைய மங்கல ஒலியும் இந்தப் புதிய அழுகை ஒலியும் அவர் மனத்தில் ஒன்றாகப் பதிந்திருந்தன.

கோலமிட்ட வீடும், கோலமிடாத வீடும், பூ வைத்த பெண்ணும், பூவைக்காத பெண்ணும் அவர் கண்களின் பார்வைப் புலத்துள் நின்றார்கள்.

'ஒரு வீட்டில் மங்கலகரமான கலியாணம் ஒரு வீட்டில் துயரம் நிறைந்த சாவு. சில பெண்களின் தலை நிறையப் பூ! இன்னும் சில பெண்களின் கண் நிறையக் கண்ணிர்! இந்த உலகத்தில் ஏதாவது பொருத்தம் இருக்கிறதா? இதைப் படைத்தவன் என்ன அர்த்தத்தில் படைத்தான்? நன்கணியார் சிந்தித்துப் பார்த்தார். சிந்தனைக்குள் ஆழ்ந்து நிற்கும் தத்துவ மின்னல் ஒன்று அவர் கண்களுக்குத் தெரிந்தும் தெரியாமலும் பளிச்சிட்டுக் கொண்டிருந்தது. ஒரு தெருவின் இரண்டு வரிசைகளுள் இவ்வளவு ஏற்றத் தாழ்வுகளா? இவ்வளவு இன்ப துன்பங்களா? அப்பப்பா இந்த உலகம் எவ்வளவு

பொல்லாதது? இதைப் படைத்தவன் மட்டும் என்ன? அவனும் ஒரு
பொல்லாத வனாகத்தான் இருக்க வேண்டும்? இல்லையென்றால்
இப்படிப் பொருத்தமில்லாத நிகழ்ச்சிகளை ஒரே உருண்டைக்குள்
போட்டுக் குழப்புவானா? ஆம் ஆம்! இந்த உலகம், இதைப்
படைத்தவன் தடுமாற்றத்திற்கு ஒரு அடையாளம்;
உண்டாக்கியவனின் குழப்பத்திற்கு ஒரு சின்னம் சந்தேகமென்ன?
அப்படித்தான்!

        நன்கணியாருக்கு இந்த உலகத்தைப் பற்றிய தத்துவம்
தெருவீதியின் பத்தடி தூரத்திற்குள்ளேயே கிடைத்து விடுகிறது.
அவர் பாக்கியசாலி! உலகத்தின் அர்த்தம் இவ்வளவு சுலபமாகத்
தெருவிலேயே அவருக்குப் புரிந்துவிட்டதல்லவா?

        ஒரில் நெய்தல் கறங்க ஒரில்
ஈர்ந்தண் முழவின் பாணி ததும்பப்
புணர்ந்தோர் பூவணி யணியப் பிரிந்தேர்
பைத லுண்கண் பணிவார் புறைப்பப்
படைத்தோன் மன்ற அப்பண்பி லாளன்
இன்னாது அம்ம இவ்வுலகம்,
இனிய காண்கிதன் இயல்புணர்ந்தோரே! (புறநானூறு - 194)

        ஒரில் = ஒரு வீட்டில், நெய்தல் = சாப்பறை, பாணி =
மணவீட்டு ஒலி, புணர்ந்தோர் = கணவன்மாரோடு கூடியவர், பைதல்
= துன்பம், பண்பிலாளன் = பொல்லாதவன், இன்னாது = இனிமை
அற்றது. பணிவார்பு = கண்ணீர்.

21. யாரைப் புகழ்வது?

ஏனாதி திருக்கிள்ளி என்று ஒரு சோழ அரசன். பல முறை அடிக்கடி போர்களில் ஈடுபட்டவன். இதன் காரணமாக இவன் உடலில் புண்களும் தழும்புகளும் இல்லாத இடமே கிடையாது. எந்தப் போரிலும் வீரர்களை முன்னணிக்கு அனுப்பிவிட்டுத் தான் சும்மா இருந்துவிடுகிற வழக்கம் இவனிடம் இல்லை. ஒவ்வொரு போரிலும் தானே முன்னணியில் நின்று பகைவர்களோடு வாளோ, வேலோ,வில்லோ எடுத்துப்போர்செய்வான்.அதனால் ஏற்படுகின்ற காயங்களையும், புண்களையும் தயங்காமல் ஏற்றுக் கொண்டு மகிழ்வான்! புண்கள் வவிக்கும்போதோ, காயங்களால் ஏற்பட்ட தழும்புகளைக் காணும்போதோ, இப்படிக் காயங்களை அடைந்துவிட்டோமே என்று அவன் வருந்துவதில்லை. அதற்கு நேர்மாறாக காயங்களையும் புண்களையும் பெற்றதற்காக மகிழ்ச்சி அடைவதும், காயங்களும், புண்களும் பெறாத நாட்களைப் பயனற்ற தினங்களாகக் கணக்கிடுவதும் அவன் வழக்கங்களாக இருந்தன.

உடலிலுள்ள ஆடைஅணிகளைக் களைத்து விட்டுப் பிறந்த மேனியோடு நின்றானானால் காண்பவர்களின் கண்களுக்கு ஒரே அருவருப்பாக இருக்கும். வில்லம்புகளும்,வேல் நுனிகளும் வாள் நுனிகளும் குத்தியும் கீறியும் ஆழப்பதிந்தும் உண்டாக்கிய வடுக்களும் தழும்புகளும் நிறைந்த அவன் தேகம் காண்பதற்குப் படுவிகாரமாக இருக்கும்.

ஏனாதி திருக்கிள்ளிக்குப் புலவர்களில் பலர் நெருங்கிய நண்பர்கள்.அத்தகைய நண்பர்களில் மதுரைக் குமரனார் என்பவர் மிகவும் முக்கியமானவர். திருக்கிள்ளியோடு பல விதங்களிலும் நெருங்கிப் பழுகுகிறவர். தயங்காமல் பயப்படாமல் அவனிடம் எதைப் பற்றியும் துணிவாக எடுத்துப் பேசும் தைரியம் அவருக்கு உண்டு.

ஒருநாள் ஏனாதி திருக்கிள்ளியும் மதுரைக் குமரனாரும் தனிமையில் உரையாடிக் கொண்டிருந்தார்கள். பேச்சு நடந்து

கொண்டிருக்கும்போதே திடீரென்று எதையோ எண்ணிக் கொண்டு கேட்பவர்போலக் குமரனர் கிள்ளியைப் பார்த்து ஒரு கேள்வி கேட்டார்.

"அரசே! சிந்தித்துப் பார்த்தால் உன்னைப் புகழ்வதா, உன் பகைவர்களைப் புகழ்வதா என்று எனக்குச் சந்தேகமாக இருக்கிறது!"

"ஏன்? இதென்ன புதுமாதிரிச் சந்தேகமாக இருக்கின்றதே!"

"புதுமை ஒன்றும் இல்லை! ஒரு விதத்தில் பார்த்தால் உன்னைக் காட்டிலும் உனக்குத் தோற்றுப்போய் ஒடுகிறவர்கள் சாமர்த்தியசாலிகளாய்த் தோன்றுகிறார்கள்? வெற்றி பெற்றாலும், போருக்குப் போர் ஏமாறுகிறவன் நீதான்!"

"அதென்ன புலவரே புதிதாக ஏதோ புதிர் போடுகிறீர்கள்! எந்தப் போரிலும் யாருக்கும் நான் தோற்றது இல்லையே? நான் எப்படி ஏமாளி ஆவேன்?"

"ஏமாளிதான்! அதற்குச் சந்தேகம் இல்லை! உன் பகைவர்களைப் பார் ஒருவருக்காவது உடம்பில் ஒரு சிறு இரத்தக் காயமாவது இருக்கிறதா? உன் உடம்பையும் பார். உடம்பெல்லாம் கோழி கிளறின தரைமாதிரிக் காயங்கள் உன்தேகத்தை நிறைத்துக் கொண்டிருக்கின்றன!"

"அதனால்...?"

"உன் பகைவர்கள் கண்ணுக்கு இனியவர்களாக இருக்கிறார்கள். ஆனால் செவிகளால் அவர்களைப் பற்றிக் கேள்விப்படும்போது கெட்டவர்களாகத் தோன்றுகிறார்கள்! நீயோ கண்ணுக்கு அழகற்றவனாகத் தோன்றுகிறாய்! செவிகளால் உன்னைப் பற்றிக் கேள்விப்படும்போது உனது தூய புகழ் முழங்குகிறது. உங்கள் இருவரில் யாரைப் புகழ்வதென்று எனக்குத் தெரியவில்லை."

"யாரைப் புகழ வேண்டும் என்பது உம்முடைய இஷ்டமோ அவரைப் புகழ வேண்டியதுதானே?"

"அவர்கள் கண்ணுக்கு அழகர்கள் செவிக்கு இழிவான வர்கள்! நீ கண்ணுக்கு விகாரமானவன்! செவிக்கும் மனத்திற்கும் அழகன்!

ஆனால் இந்தப் பாழாய்ப்போன உலகம் கண்ணுக்கு அழகான உன்
பகைவர்களைப் புகழாமல் கண்ணுக்கு அருவருப்பான
உன்னையல்லவா புகழ்கிறது?"

"அதுவும் என் பாக்கியம்தான்"

"கிள்ளீ! இந்தப் புண்தான் உனது புகழ், இந்தப் புண்ணைப் பெற
முடியாததுதான் உன் பகைவர்களின் இகழ்! நீ வாழ்க!"

யாரைப் புகழாவிட்டாலும் பழிப்பதுபோலப் புகழும்
சாதுரியவானான புல்வரைப் புகழத்தான் வேண்டும்!

நீயே அமர்காணின்அமர் கடந்தவர்
படைவிலக்கி எதிர்நிற் றலின்
வாஅள் வாய்த்த வடுவாழ் யாக்கையொடு
கேள்விக் கினியை கட்கின் னாயே
அவரே, நிற்காணிற் புறங்கொடுத்தலின்
ஊறறியா மெய்யாக் கையொடு
கண்ணுக் கினியர் செவிக் கின்னாரே
அதனால் நீயுமொன் றினியை அவருமொன் றினியர்
ஒவ்வா யாவுள மற்றே வெல்போர்க்
கழல்புனை திருந்தடிக் கடுமான் கிள்ளி
நின்னை வியக்கும்இவ் வுலகம்அஃது
என்னோ பெரும உரைத்திசின் எமக்கே! (புறநானூறு - 167)

அமர் = போர், கடந்து = வென்று, வடு = புண்கள், யாக்கை =
உடல், ஊறு = துன்பம், புறங்கொடுத்தலின் = முதுகுகாட்டி
ஒடிவிடுதலால், ஒவ்வாயாவுள' = பொருந்தாதவை என்ன
இருக்கின்றன, உரைத்திசின் = உரைப்பாயாக கழல் = வீரக்காப்பு,
கடுமான் = விரைந்து ஒடும் குதிரைகள்.

22. அவன் ஒரு வல்லாளன்

அவன் ஒரு பயிர்த் தொழிலாளி.வேளாண் மகன். அப்போது ஊரிலுள்ள வயல்களில் வரகுப் பயிர் முற்றி அறுவடைக்குத் தயாரான நிலையில் இருந்தது. அங்கங்கே வயல்களிலிருந்து கருநிற வரகின் தாள்களை அரிந்து களத்துக்குக் கொண்டுவந்து கொண்டிருந்தார்கள். இந்த அறுவடை வேலையில் ஈடுபட்டுக் கூலி பெறுவதற்காகப் பலர் வந்திருந்தனர். அவர்களில் அவனும் ஒருவன்! வயல்களிலிருந்து அறுத்துக் கொணர்ந்திருந்த தானிய மணிகளோடு கூடிய தாள்களை வட்டமாகப் பரப்பி ஏழெட்டு எருதுகளைப் பூட்டி மேலே மிதிக்க விட வேண்டும். எருதுகள் திரும்பத் திரும்ப மிதிக்கும்போது கதிர்களிலுள்ள தானிய மணிகள் உதிர்ந்து அடியில் தங்கிவிடும்.

சில நாழிகைகள் இப்படி எருதுகளை மிதிக்கவிட்டபின் வரகுத்தாள்களைத் தனியே உதறிப் பிரித்துவிட்டால் அடியில் உதிர்ந்திருக்கும் தானிய மணிகளைக் கூட்டித் திரட்டிக் குவிக்கலாம். குவியல் குவியலாகக் கிடைக்கப் போகும் அந்தத் தானியத்தின் சொந்தக்காரர் யாரோ? எவரோ? அவனுக்கு அதைப் பற்றி என்ன கவலை? அவர் செல்வர்? அனுபவிக்கக் கொடுத்து வைத்தவராக இருக்க வேண்டும்.

அவன் வெறும் உழைப்பாளி கூலிக்கு வேலை செய்பவன்! வேலை முடிந்ததும் கூலியாக அளந்து போடுகிற நாழி வரகை முந்தியை விரித்து ஏந்திக்கொண்டு வீட்டுக்குத் திரும்ப வேண்டியதுதான் அவன் வேலை.

மாடுகள் மிதித்து முடித்துவிட்டன. மாடுகளை ஒதுக்கிக் கட்டிவிட்டுத் தாளை உதறினான். எல்லாவைக்கோலையும் உதறி ஒதுக்குவதற்குச் சிறிதுநேரம் பிடித்தது. வைக்கோலை உதறி ஒதுக்கியபின் தானியத்தைத் திரட்டினான். குவியல் குவியலாகத் தானிய மணிகள் ஒன்று சேர்ந்தன.

- வேலை முடிந்தது! நிலத்துச் சொந்தக்காரர் வந்தார்! அவனுக்குக் கூலியாகச் சேரவேண்டிய வரகு தானியத்தை' அளந்து போட்டார். அவன் முந்தானையை விரித்து வாங்கிக் கொண்டு கிளம்பினான்.வீட்டில் அவன் மனைவி உலையை ஏற்றி வைத்துவிட்டுத் தயாராகக் காத்துக் கொண்டிருப்பாளே? அவன் விரைவாக வரகைக் கொண்டுபோய்க் கொடுத்தால் தானே குத்திப்புடைத்து உலையில் இட்டுச் சோறாக்குவதற்கு வசதியாயிருக்கும்!

அவன் விரைவாக நடந்தான்.

"ஐயா! சாமி, எழை முகம் பாருங்க..."

அவன் திரும்பிப் பார்த்தான். யாழும் கையுமாக ஒருபாணன், அவன் மனைவி.பசியால் வாடிப்போன குழந்தைகள். எல்லோரும் நின்றுகொண்டிருந்தனர். அவர்களைப் பார்க்கப் பரிதாபமாக இருந்தது.ஒருகணம் மேலே நடந்து செல்லத் தோன்றாமல் தயங்கி நின்றான்.அவன்.

"சாப்பிட்டு எட்டு நாளாகிறது! தருமவான் போலத் தோணுறிங்க..."

"நீங்களெல்லாம் யார்?"

"செழிப்பாக இருந்த பாணர் குடும்பமுங்க. இப்போ ஆதரிக்க ஒருவருமில்லாமல் சோத்துக்குப்பிச்சை எடுக்கிறோம்!"

"ஐயோ பாவம்!"

"ஏதோ! நீங்க மனசு வச்சா இன்னிக்காவது இந்தக் குழந்தைகள் வயிறு குளிறும்..."

அவன் ஒரு விநாடி தயங்கினான். நின்று யோசித்தான். "ஐயா! நீங்க ரொம்ப நல்லவங்களைப் போலத் தோன்றிங்க உங்களுக்கு நிறைய புண்ணியம் உண்டு. ஏழை முகம் பார்த்து உதவுங்க"

"இந்தாரும் பாணரே இதை முன்தானையில் வாங்கிக் கொள்ளும்."

பாணர் ஆவலோடு முன்தானையை விரித்தார். தனக்குக் கூலியாகக் கிடைத்த அவ்வளவு வரகையும் அந்த ஏழைப் பாணனின்

முன்தானையில் உதறிவிட்டு மேலே நடந்தான் அவன். மனத்தில் பட்டதைச் செய்தான். அவன் வள்ளலில்லை, கொடையாளி இல்லை, கருணை இருந்தது. கையிலிருந்ததையும் மனத்திலிருந்த கருணையையும் சேர்த்துக் கொடுத்துவிட்டு நடந்தான்.

ஏழைக்குப் பணக்காரனின் உள்ளமும், பணக்காரனுக்கு ஏழையின் உள்ளமும் இருந்தால் என்ன செய்வது? அவன் ஏழைதான்! ஆனால் அவனுடைய உள்ளம் பணக்கார உள்ளமாக இருந்து தொலைத்ததே. அதற்கென்ன செய்யலாம்? உலகத்தில் இப்படி ஒரு முரண் இயற்கையாக விழுந்து கிடக்கிறதே?

வெறுங்கையோடு வீட்டில் போய் நின்றான். "வரகு கொண்டு வரவில்ல்லையா? நீங்கள் கொண்டு வருவீர்கள் என்று நம்பி உலையைப் போட்டு வைத்திருக்கிறேன்? அவள் ஏமாற்றத்தோடு கேட்டாள்.

"கொண்டுதான் வந்தேன்."

"இப்போது எங்கே? வழியில் தவறிப் போய்க் கொட்டிவிட்டீர்களா?"

"தரையில் கொட்டவில்லை. ஒரு ஏழையின் முந்தானையில் கொட்டி விட்டேன்."

"என்ன? பிச்சை போட்டு விட்டீர்களா?" "பிச்சை அல்ல! பசித்தவனுக்கு உதவி."

"நல்ல உதவி! நல்ல பசித்தவன்! இப்போது உங்களுக்கு யார் உதவப் போகிறார்கள்?"

"உஸ்ஸ் இரையாதே! அந்த ஒலைப் பெட்டியை எடு!"

"எதற்காக"

"அடுத்த வீட்டில் நாழி வரகு கடன் வாங்கிக்கொண்டு வருகிறேன்!"

"நன்றாக இருக்கிறது நியாயம்! யாராவது கேட்டால் சிரிக்கப்போகிறார்கள். உங்களுக்கென்று அளித்த கூலியை எவனிடமோ உதறிவிட்டு இப்போது நீங்கள் கடனுக்குப் பிச்சை எடுக்கப் போக வேண்டுமாக்கும்?"

104

"கொடு என்றால் கொடு உனக்கு ஏன் இந்தக் கவலை நான் வாங்கி வருகிறேன்."

அவன் ஓலைப்பெட்டியை வாங்கிக்கொண்டு கடன் கொடுப்பாரைத்தேடி நடந்தான்.அவன் மனைவி எண்ணுவதைப் போலவே நாமும் அவனை ஓர் அசடனாகத்தான் எண்ணுவோம்!

அவனை மட்டும் என்ன? தர்ம நியாயத்துக்கு அஞ்சிக் கருணை கொள்ளும் எல்லோருக்குமே இந்த உலகம் அசட்டுப் பட்டம்தான் கட்டுகிறது! ஒரு பெரிய அரசாட்சியை அப்படியே தூக்கிக் கொடுத்தால் ஆளுகின்ற அவ்வளவு பெரிய வல்லாளன்தான் அவன்! அந்த வல்லாளன் இப்போது கால்குறுணி வரகரிசிக்காக வீடு வீடாக ஏறி இறங்கிக் கொண்டிருக்கிறான்! தர்மத்தின் பயனைப் பற்றி அவனுக்குத் தெரியாது தர்மம்தான் தெரியும்!

உண்மைதான்! நாமாவது ஒப்புக்கொள்ளலாமே, அவன் ஓர் உலகு புரக்கும் வல்லாளன்தான் என்று!

எருது காலுறாஅது இளைஞர் கொன்ற
சில்விளை வரகின் புல்லென குப்பை
தொடுத்த கடவர்க்குக் கொடுத்த மிச்சில்
பசித்த பாணர் உண்டுகடை தப்பலின்
ஒக்கல் ஒற்கம் சொலியத் தன்ஊர்ச்
சிறுபுல் லாளர் முகத்தவை கூறி
வரகு கடன் இரக்கும் நெடுந்தகை
அரசுவரின் தாங்கும் வல்லா ளன்னே! (புறநானூறு- 327)

கொன்ற = அடித்த, சில்விளை - சிலவாக விளைந்த, தொடுத்த கடவர் = வினைஞர்கள், ஒற்கம் = சுற்றம், சொலிய = போக்க, சிறு புல்லாளர்=கேவலமானவர்களிடம், கடன் இரக்கம் = கடன் கேட்கும், நெடுந்தகை = ஆண்மகன்.

23. நீரும் நெருப்பும் ஒன்றே!

அரசர்க்கெல்லாம் அரசனாகப் பேரரசு செலுத்தி வாழ்ந்த பூதப்பாண்டியனுடைய பெருவாழ்வு அன்றோடு முடிந்து விட்டது. கதிரவன் மறைந்தபின் சூழ்கின்ற இருட் படலத்தைப் போலப் பாண்டி நாடெங்கும் துன்பமென்கிற அந்தகாரம் சூழ்ந்திருந்தது.மக்களைத் தாயாக இருந்து பேணிய பெருவள்ளல் ஒருவன் மாண்டு போய்விட்டான் என்றால் அது சாதாரணமாக மறந்துவிடக்கூடிய துன்பமா?

ஆதவன் கதிரொளி மங்கிக் கொண்டிருக்கும் அந்தி நேரம் மதுரை மாநகரத்துக் மயானத்தில் எள் போட்டால் கீழே விழ இடமின்றி மக்கள் கூடியிருந்தனர். அத்தனைபேர் முகத்திலும் ஒளியில்லை; களையில்லை; சோகம் குடி கொண்டிருந்தது.

பூதப்பாண்டியனின் சடலத்தை ஈமச் சிதையில் எடுத்து வைத்தனர். சிதையைச் சுற்றிக் காலஞ்சென்ற மன்னரின் மெய்க்காவலர்களும் அவருக்கு மிகவும் பழக்கமான புலவர் பெருமக்களும் துக்கமே வடிவமாக நின்று கொண்டிருந்தனர். வேறு சிலர் அமைதியாகக் கண்ணீர் சிந்திக் கொண்டிருந்தனர். இன்னும் சிலர் அமைதியாகத் தலைகுனிந்தவாறே நின்று கொண்டிருந்தனர்.

சிதைக்கு நெருப்பு மூட்டினார்கள். செங்கோல் நெறி தவறாமல் அரசாண்ட அந்தப் பெருந்தகையாளனின் உடலைப் புசிப்பதில் நெருப்புக்கு ஏன் அவ்வளவு வெறியோ தெரியவில்லை. நெருப்பு வேகமாகப் பற்றியது. தீ நாக்குகள் மேலே எழுந்து படர்ந்தன.

அந்த நிலையில் யாரும் எதிர்பாராத நிகழ்ச்சி அங்கே நடந்தது. நெருக்கியடித்துக்கொண்டு நின்ற கூட்டம் வழிவிட்டு விலகியது. திரைச்சீலையிட்டு மூடிய சிவிகை ஒன்றைச் சுமந்து கொண்டு வந்து சிதைக்கு அருகில் வைத்தார்கள். சிவிகையின் இரண்டு பக்கத்துத் திரைச் சிலைகளிலும் மகரமீன் வடிவான

பாண்டியப் பேரரசின் இலச்சினைகள் வரையப்பட்டிருந்தன.

அந்தச் சிவிகையின் வரவை அங்கிருந்தவர்களில் யாருமே எதிர்பார்க்கவில்லை யாகையால் அதிலிருந்து இறங்கி வரப் போவது யாராயிருக்கலாம் என்ற ஆவலுடன் அனைவர் கண்களும் சிவிகையின் திரைச் சீலையில் நிலைத்து விட்டிருந்தன. வளைகளனியாததனால் மூளியான இரண்டு மலர்க்கரங்கள் சிவிகையின் திரைச்சீலையை விலக்கின.

அடுத்தகணம், முடியாமல் விரித்த கூந்தலும், நீர்வடியும் சிவந்த விழிகளும் களையிழந்த தோற்றமுமாகப் பூதப் பாண்டியனின் தேவி பெருங்கோப் பெண்டு திரையை விலக்கிக் கொண்டு பல்லக்கிலிருந்து வெளியே வந்தாள். யாவரும் திகைத்தனர்.

திலகமில்லாத அவள் முகம் அங்கிருந்தோரின் துயரத்தை வளர்த்தது. "கற்பரசியாகிய இந்த அம்மையாருக்கு இத்தகைய துன்பத்தைச் செய்யக் கடவுள் எவ்வாறு துணிந்தார்? கடவுளுக்கு இரக்கமே இல்லையா?" என்று விதியையும் கடவுளையும், பலவிதமாக நொந்து கொண்டிருந்தனர் அங்கிருந்தோர்.

சிவிகையிலிருந்து சோகச் சித்திரம் ஒன்று எழுந்து வெளிவருவது போல வெளிவந்த பெருங்கோப்பெண்டு எரிகின்ற ஈமச்சிதையை வைத்த கண் வாங்காமல் பார்த்துக் கொண்டிருந் தாள். கயல் மீனின் உருவ அமைப்பும் கருவண்டின் சுழற்சியும் செந்தாமரை மலரின் நிறமும் கொண்ட அவள் விழிகள் மாலை மாலையாகக் கண்ணீர் வடித்தன. அவளுடைய உள்ளத்து ஆசைகளும், அந்த ஆசைகளால் மலர்ந்த கனவுகளும் அந்தக் கனவுகளால் விளைந்த இன்பமும் - அவ்வளவேன் - அவள் சம்பந்தமான சர்வமும் அந்தச் சிதையில் தியோடு தீயாக எரிந்து தீய்ந்து கொண்டிருப்பதாக அவளுக்குத் தோன்றியது. பித்துப் பிடித்தவளைப்போல அப்படியே சிதையைப் பார்த்துக்கொண்டு நின்றாள் அவள். என்ன நடக்கக் போகிறதோ, என்ற திகைப்பும், பயமும்கொண்டு கூட்டத்தினரும் நின்றனர்.

மெய்க்காவலர்கட்கும் புலவர் பெருமக்களுக்கும்
பெருங்கோப்பெண்டு அங்கே வந்ததன் நோக்கமென்ன என்று
கேட்பதற்கு வாயெழவில்லை. அஞ்சி நின்றனர். "தேவி என்ன
நோக்கத்தோடு அங்கே வந்திருக்கிறாளோ?" என்ற அச்சம் அவர்கள்
மனத்திலும் இருந்தது.

சிதையில் தீ இப்போது முற்றும் பரவி நன்றாகக் கொழுந்து
விட்டு எரிந்து கொண்டிருந்தது. சிதையையே பார்த்துக்
கொண்டிருந்த பெருங்கோப் பெண்டு கண்ணிரைத் துடைத்துக்
கொண்டாள்.இப்போது அவள் முகத்தைப் பார்த்தால் ஏதோ ஒரு
வைராக்கியமான முடிவிற்கு வந்தவளைப் போலத் தோன்றியது.

சட்டென்று எரியும் சிதையை நோக்கி ஆவேசத்தோடு -
பாய்ந்தாள் அவள் கூடியிருந்தவர்கள் ஒன்றும் செய்யத்தோன்றாமல்
"ஆ, ஐயோ!" என்று பரிதாபமும் பயமும் நிறைந்த குரல்களை
எழுப்பினர். மெய்க்காவலர்களும் புலவர்களும் அந்த ஒரே ஒரு
விநாடி அஜாக்கிரதையாக இருந்திருந்தால்பெருங்கோப் பெண்டு
கணவன் உடலை எரித்துக் கொண்டிருந்த தீயோடு தீயாகத் தானும்
சங்கமமாகியிருப்பாள். நல்ல வேளை அவள் குபிரென்று
பாய்ந்தபோது காவலர்களும் புலவர்களும் விரைவாகக் குறுக்கே
பாய்ந்து அப்படிநேர்ந்துவிடாமல் அவளை மறித்துக் கொண்டனர்.

பெருங்கோப் பெண்டு அவர்களையும் மீறித் திமிறிக்
கொண்டு சிதையில் பாய்வதற்கு யத்தனித்தாள். புலவர்களும்
காவலர்களும் சூழ நின்று கொண்டுவிட்டதனால் அது
முடியவில்லை.

"ஏன் என்னைத் தடுக்கின்றீர்கள்? நான் என் கணவரோடு
போகப் போகிறேன். என்னைவிட்டு விடுங்கள்." பெருங்கோப் பெண்டு
துயர வெறி நிறைந்த குரலில் ஓலமிடுவது போலக் கூறினாள்.

"தேவி வீண் ஆத்திரம் கொள்ளாதீர்கள். தங்கள் கணவரை
இழந்து துயரமுற்றிருக்கும் இந்த நிலையில் தாங்களும் இப்படி
வலுவில் உயிரை மாய்த்துக்கொள்ள முயல்வது எங்களால்
பொறுத்துக் கொள்ள முடியாதது. பெருங்கோப் பெண்டுடன்

ஏற்கனவே அறிமுகமாயிருந்த புலவர்கள் இவ்வாறு வேண்டிக் கொண்டனர்.

அவன் அவர்களைச் சுட்டெரித்து விடுவதுபோல ஏறிட்டுப் பார்த்தான்.

“ஆம் தாயே! எங்கள் வேண்டுகோளை நீங்கள் புறக்கணிக்கக்கூடாது.இந்த அதிபயங்கரமானகாரியத்தை எங்கள் கண்காண நீங்கள் செய்யவிடமாட்டோம்” புலவர்கள், மெய்க் காவலர்கள் எல்லோரும் சேர்ந்து ஏகோபித்துக்கூக்குரலிட்டனர்.

பெருங்கோப்பெண்டின் முகத்தில்துயரம் நீங்கி ஆத்திரமும் கடுகடுப்பும் நிழலிட்டன. கண்களின் சிவப்பு முன்னை விட அதிகமாயிற்று.

“புலவர் பெருமக்களே! நீங்கள் எல்லோரும் சான்றோர்கள் தாமா? உண்மையில் உங்களிடம் சான்றாண்மை இருக்கிறதா? என் ஆருயிர்க் கணவன் பிரிவைப் பொறுக்க முடியாமல் அவரோடு சிதையில் ஏறப்போகும் என்னைத் தடுப்பதற்கு நீங்கள் யார்? ஏன் தடுக்கின்றீர்கள்? என் நன்மையை விரும்புகிறதானால் என்னைத் தடுக்காதீர்கள்.”

கோபம் தொனிக்கும் குரலில் அவள் இப்படிக் கூறியதும், புலவர்களில் துணிவுள்ள சிலர் பதில் சொல்ல முன்வந்தனர். “தேவீ தங்களைத் தடுக்க நாங்கள் யார்? தங்கள் நலனில் அக்கறை கொண்டவர்கள் என்ற முறையில் பணிவோடு வேண்டிக் கொள்கிறோம்”

“சான்றோர்களே! எது என் நலன், எது என் நலன் இல்லை என்பது எனக்கு நன்றாகத் தெரியும். கணவனை இழந்து துயரத்தைப் பொறுத்துக்கொண்டு, நெய்யில்லாத சோறும் தாளிக்காத வேளிக் கீரையும் பிண்டம் பிண்டமாகப் பிழிந்து எடுத்த பழைய சோறும் உண்டு, பாய் விரிக்காமல் வெறுந் தரையிலே படுத்து வாழும் பயங்கரமான அந்தக் கைம்மை வாழ்வைக்காட்டிலும் இன்றே இப்போதே என் கணவரின் ஈமச் சிதையில் வீழ்ந்து இறப்பதே எனக்கு நன்மை. புலவர் பெருமக்களே! மெய்க்காவலர்களே!

தாமரைப் பூக்கள் மலர்ந்திருக்கும் குளிர்ந்த தடாகத்தில் மூழ்கிக்
குளிப்பதைப் போன்ற இன்பம் இந்தத் தீயில் எனக்குக் கிடைக்கப்
போகிறது. இப்போது நான் இருக்கும் நிலையில் அந்தப் பொய்கை
நீரும் இந்த ஈமச் சிதையின் நெருப்பும் ஒன்றுதான். அந்தக் குளிர்ந்த
நீரின் தண்மைதான் இந்த வெப்ப நெருப்பின் கொழுந்துகளிலும்
இருக்கின்றது. தயவு செய்து என்னைத் தடுக்காதீர்கள். இந்த நெருப்பு
என்னைச் சுட்டு எரிக்கும் என்று நீங்கள் கருதினால் அது
உங்களுடைய அறியாமையே அன்றி என் குற்றமில்லை. இது
நெருப்பில்லை. குளிர் பூம் பொய்கை.

          "தாயே! தாங்கள் சித்தப் பிரமையால் எங்களிடம் ஏதேதோ
சொல்கிறீர்கள்." "யாருக்குச் சித்தப்பிரமை புலவர்களே? எனக்கா?
இல்லை! இல்லை! நினைவோடுதான் கூறினேன். இதோ கூறியதை
நிரூபித்தும் காட்டிவிடுகிறேன். பாருங்களேன்." இப்படிக் கூறிக்
தொண்டே வழியை விலக்கிச் சரேலென்று சிதையை எரித்துக்
கொண்டிருந்த தீமூட்டத்திற்குள் பாய்ந்துவிட்டாள் பெருங்கோப்
பெண்டு. யாருக்கும் அவள் பாய்ந்த வேகத்தில் தடுக்கவே
தோன்றவில்லை. பேயறைந்தவர்கள் போலத் திகைத்து நின்றார்கள்
அத்தனைபேரும்.அந்தக் கற்பின்செல்வியும் தனக்குக் கிடைத்த
பெருமையில் தீ கொழுந்துவிட்டு எரிந்தது. நீரும் நெருப்பும்
ஒன்றுதான் என்று குரல் கொடுப்பது போலிருந்தது சடசடவென்று தீ
எரியும் ஒலி.

          பெருங்கோப்பெண்டின் கற்பை என்னென்று புகழ்வது!
          பல்சான் ஹீரே பல்சான் நீரே
     செல்கெனச் சொல்லாது ஒழிகென விலக்கும்
     பொல்லாச் சூழ்ச்சிப் பல்சான் நீரே
     அணில்வரிக் கொடுங்காய் வாள்போழ்ந் திட்ட
     காழ்போல் நல்விளர் நறுநெய் தீண்டாது
     அடையிடைக் கிடந்த கைபிழி பிண்டம்
     வெள்ளெட் சாந்தொடு புளிபெய்து அட்ட
     வேளை வெந்தை வல்சி ஆகப்

பரற்பெய் பள்ளிப் பாயின்று வதியும்
உயவற் பெண்டிரேம் அல்லேம் மாதோ
பெருங்காட்டுப் பண்ணிய கருங்கோட்டு ஈமம்
நுமக்குஅரிது ஆகுக தில்ல எமக்கெம்
பெருந்தோள் கணவன் மாய்ந்தென அரும்பற
வள்ளிதழ் அவிழ்ந்த தாமரை
நள்ளிரும் பொய்கையும் தீயுமோ ரற்றே! (புறநானூறு- 246)

கொடுங்காய் = வெள்ளரிக்காய், போழ்தல் = அரிதல், காழ்
போல் நல்விளர் =நறுநெய் = விதைபோல உறைந்த வெள்ளிய நெய்,
அடை = இலை, கைப்பிழி பிண்டம் = நீரில் ஊறிய பழஞ்சாறு,
எட்சாந்து = எள்ளுத் துவையல், வல்சி = உணவு, பரற்பெய்
கரடுமுரடான தரையில், உயவற் பெண்டிர் = கைம் பெண்கள், ஈமம்
சிதை, ஒரற்றே = ஒரே தன்மையை உடையனவே.

24. பாண்டியன் வஞ்சினம்

நெடுஞ்செழியன் மிக இளமையிலேயே பட்டத்துக்கு
வந்துவிட்டான்.அவ்வாறு பட்டத்துக்கு வந்த சில நாட்களிலேயே
மிகப்பெரிய சோதனை ஒன்று அவனது அரசாட்சியை நோக்கி
எழுந்தது. மாந்தரஞ்சேரல் இரும்பொறை என்ற சேர அரசனும்
அவனைச் சேர்ந்தவர்களாகிய திதியன், எழினி முதலிய
சிற்றரசர்களும் ஒன்று சேர்ந்து படை திரட்டிக் கொண்டு பாண்டிய
நாட்டைக் கைப்பற்றுவதற்குப் புறப்பட்டு வந்துவிட்டனர்.

அப்போதுதான் நெடுஞ்செழியன் பாண்டிய நாட்டு
அரியணையில் ஏறி, முடி சூடிக் கொண்டிருந்தான். பருவத்தால்
இளைஞனாகிய அவன் இவ்வளவு விரைவிலேயே பெரிய
படையெடுப்பு ஒன்றை எதிர்பார்க்கவில்லை. ஆனாலும் துணிவோடு
எதிர்த்துப் போரிடுவது என்றே முடிவு செய்தான். அமைச்சர்களும்
ஐம்பெருங்குழுவினரும் படைத் தலைவர்களும் போரை எப்படிச்
சமாளிப்பது என்று விளங்காமல் மலைத்தனர்.

"மலைப்பதோ, திகைப்பதோ அறிவீனமாகும் தயங்காமல்
எப்படியும் உடனே போருக்குப் புறப்பட்டேயாக வேண்டும்" என்று
துணிவோடு முழங்கினான் செழியன். அமைச்சர்களும் பிறரும்
இன்னும் தயங்கினார்கள். கரணத்தியலவர், கருமகாரிகள், கனகச்
சுற்றத்தினர் முதலிய ஆலோசனை கூற வேண்டியவர்கள் யாவரும்
அரசன் கட்டளைக்கு மறுமொழி கூறாமல் பேச்சு மூச்சற்று
வீற்றிருந்தனர்.

உடனே நெடுஞ்செழியனுக்குக் கோபம் வந்துவிட்டது.

"உங்கள் கருத்து என்ன? நீங்கள் ஏன் இன்னும் மௌனம்
சாதிக்கிறீர்கள்? இந்த மௌனத்திற்கு என்ன பொருள்?" என்று இடி
முழக்கக் குரலில் அவன் முழங்கினான் மீண்டும்.

அவையிலிருந்த வயது முதிர்ந்த அமைச்சர் ஒருவர் மெல்ல
எழுந்து சிறிது தைரியத்தை வரவழைத்துக் கொண்டு பதில்
கூறலானார்.

"அரசே! இளங்கன்று பயமறியாது என்பதற்கு ஏற்றாற் போலப்
பேசுகிறீர்கள். உங்கள் தைரியமும் வீரமும் எங்களை வீறு கொள்ளச்
செய்கின்றன. பாராட்டி நன்றி செலுத்தக் கடமைப் பட்டிருக்கிறோம்.
ஆனால் படையெடுத்து வந்திருப்பவர்கள் ஆள் பலமும் போர்க்
கருவிகளின் பலமும் மிகுந்தவர்களாக இருப்பார்கள்
போலிருக்கிறது. ஆகவே நாம் சற்று ஆர அமரச் சிந்தித்துப்
பார்த்தபின் இந்தப் போரில் ஈடுபடலாம் என்பது என் கருத்து..."

அமைச்சர் இவ்வாறு கூறி முடித்ததும் தொடர்ந்து வேறு
சிலரும் அவரைப் போலவே "சிந்தித்துச் செய்வதே மேல்" என்ற
கருத்தையே சுருக்கியும் விவரித்தும் தெரிவித்தார்கள்.

"சிந்திக்க வேண்டிய அவசியம் இதில் என்ன இருக்கிறது?
கைப்புண்ணுக்குக் கண்ணாடியைப் பார்த்த பிறகா சிகிச்சை செய்ய
வேண்டும். நான் இளைஞன். போர் துணுக்கங்கள் அறியாதவனாக
இருப்பேன். என்னைச் சுலபமாக வெற்றி கொண்டு பாண்டிய
நாட்டைக் கைப்பற்றிவிடலாம் என்று எண்ணிக்கொண்டு
பகைவர்கள் படையெடுத்து வந்திருக் கிறார்கள். இந்த
நெருக்கடியான நேரத்தில் எதிர்த்துப் போரிடுவதை விட்டுவிட்டு
நாம் வீணே சிந்தித்துக் கொண்டிருப்பதில் பயனே இல்லை" என்றான்
நெடுஞ்செழியன்.

"மன்னர்பிரான் கூறுவதுதான் சரி உடனே போருக்குப்
புறப்படுவதே நமக்கு நல்லது"என்று அதை ஆதரித்துப் பேசினார்
பாண்டியன் நெடுஞ்செழியனின் மதிப்பிற்குரிய நண்பரும் அவைக்
களத்தின் தலைமைப் புலவருமாகிய மாங்குடி மருதனார். இதன்பின்
அவையில் நெடுநேரம் அமைதி நிலவியது. யாரும் எதுவும்
பதிலுக்குப் பேசவில்லை.

முடிவாகத் தனக்குள் உறுதி செய்துகொண்ட பாண்டியன்
தன்னுடைய முடிவை ஒரு பிரதிக்ஞையாக அந்த அவையில்
வெளியிட்டான்.

உறுதி நிறைந்த அந்தப் பிரதிக்ஞை அந்த அவையைச் சேர்ந்த
அத்தனை பேர்களையும் திகைக்கச் செய்தது."இவருடைய பருவம்

எவ்வளவு இளையதோ அவ்வளவிற்கு முதிர்ந்ததாகவும் அழுத்த
மாகவும் இருக்கிறதே இந்தப் பிரதிக்ஞை!" என்று அவர்கள்
எண்ணினர். "புலிக்குப் பிறந்தது பூனையாகிவிடுமா? எவ்வளவு தான்
இளைஞராக இருந்தாலும் பாண்டிய மரபில் வந்தவர் அல்லவா?"
என்று இப்படிச் சிலர் தங்களுக்குள்ளே பேசிக் கொண்டனர்.
அவையிலுள்ளோர் இப்படியெல்லாம் உரையாடுவதற்குக்
காரணமாக இருந்த அந்தப் பிரதிக்ஞை தமிழ்நாட்டு இலக்கிய
வரலாற்றில் மிகப் பிரசித்தமாக விளங்குகிறது. என்றென்றும்
பாண்டியன் நெடுஞ்செழியனுடைய புகழைப் பரப்பிக்
கொண்டிருப்பதற்கு இந்த ஒரு பிரதிக்ஞையே போதுமானது.

பழந்தமிழில் இம்மாதிரிச் சபதங்கள், பிரதிக்ஞைகள்
ஆகியவற்றை 'வஞ்சினம்' என்ற பெயரினால் குறிப்பிடுவார்கள்.
பாண்டியன் நெடுஞ்செழியன் கூறிய வஞ்சினம் அவன்
வாய்மொழியாகவே பாடப்பட்ட ஒரு பாடலாகப் புறநானூற்றில்
திகழ்கிறது. அவன் 'மாபெரும் வீரன்' என்பதை நிரூபிக்கும் அந்த
வஞ்சினப் பாடலைப் பொழிப்புரையாக்கிப் பார்ப்போம்.

"இந்தப் பாண்டியன் நெடுஞ்செழியனுடைய நாட்டையும்
சிறுவனாகிய இவன் அரசாள்வதையும் தங்கள் அறியாமையால்
சிலர் இகழ்ந்து கூறிக் கொண்டிருக்கிறார்கள். அத்தகையவர்கள்
சிரித்து இகழத்தக்கவர்கள். அவர்கள், என்னை அறியாப்
பருவத்தினன் என்று கூறித் தங்கள் யானைப் படைகளையும்
தேர்ப்படைகளையும் குதிரைப்படைகளையும் காலாட்
படைகளையும் செருக்கோடு திரட்டிக் கொண்டு வந்திருக் கிறார்கள்.
அவர்கள் தங்களைப் பற்றித் தாங்களே தேவைக்கு அதிகமான
தன்னம்பிக்கை கொண்டிருப்பவர்கள் என்னையும் என் அரசையும்
துணிவாக இழித்துப்பேசியவர்கள் ஆவார்கள்.

அவர்களை வேரோடு அழிந்து சிதைந்துபோகும்படியாகத்
தாக்கி முரசத்தையும் குடையையும் கைப்பற்றிக் கொண்டு
வெறுங்கையர்களாகத் துரத்தவில்லையானால் என் பெயர்
பாண்டியன் நெடுஞ்செழியனில்லை. என் வெண்கொற்றக் குடையின்

114

நிழற் கீழே வாழும் குடிமக்கள் என் ஆட்சியில் அறம் காணாமல் 'இந்த அரசன் கொடியவன்' என்று பழி தூற்றப்படுவேனாக! மிக்கசிறப்பையும் உயர்ந்த அறிவையும் உடைய மாங்குடிமருதனைத் தலைவராகக் கொண்ட பாண்டிய நாட்டுப் புலவர்கள் என்னை விரும்பிப் பாடாதொழியட்டும். ஆளப்படும் மக்களெல்லாம் அழுது புலம்பிட, 'இல்லையென்று கேட்ட இரவலர்க்கு இட்டு மகிழாத பாவம் என்னை வந்து சேரட்டும். இது என் சபதம்..."

இந்தச் சபதத்தைக்கூறி முடித்தவுடன் யார் கூறியும் கேட்காமல் உடனே படைகளோடு போருக்குப் புறப்பட்டு விட்டான் நெடுஞ்செழியன். போரின் முடிவு என்ன ஆகுமோ என்று அனுபவமும் முதுமையும் வாய்ந்த அமைச்சர்களெல்லாம் கவலை கொண்டிருந்தனர்.

மாந்தரஞ் சேரல் இரும்பொறை, திதியன், எழினி முதலிய பகையரசர் படைகளும் நெடுஞ்செழியன் தலைமையில் சென்ற பாண்டிய நாட்டுப் படைகளும் 'தலையாலங்கானம்' என்ற இடத்தில் ஒன்னையொன்று எதிர்த்துக் கைகலந்தன. எங்கும் படர்ந்து வளர்ந்திருந்த பெரிய பெரிய ஆலமரங்கள் நிறைந்திருந்த அந்தக் காடு போருக்கு வசதியான இடமில்லையானாலும் போர் என்னவோஅங்கே நடந்தது.

போரின் முடிவு என்ன ஆயிற்று தெரியுமா? அந்தப் போரில் இளைஞனான நெடுஞ்செழியனால் வெல்ல முடியும் என்று கனவில்கூட யாரும் எதிர்ப்பார்த்திருக்க முடியாது. ஆனால் வென்றது என்னவோ அவனேதான்! வென்றது மட்டுமா? யானைப்படைகளை மிகுதியாகக் கொண்டு வந்திருந்த சேரன், திதியன் முதலிய அரசர்களைச் சிறைப்படுத்திக் கைதிகளாக்கி விட்டான் பாண்டியன்.

பாண்டிநாடு முழுவதும் அவன் தன் வஞ்சினத்தை நிறைவேற்றிய செய்தி பரவி மிகப்பெரிய ஆச்சரியத்தையும் மகிழ்ச்சியையும் உண்டாக்கியது. ஆரம்பத்தில் தடை செய்த

அமைச்சர்கள்கூடத் தங்கள் அறியாமையை நினைத்துத் தாங்களே வெட்கப்பட்டுக் கொண்டனர்.

சொன்னதைச் சொன்னபடியே நிறைவேற்றுவது என்பது சாமானியமான காரியமா என்ன? இந்தப் பாண்டியன் அப்படி நிறைவேற்றிக் காட்டிய பெருமைக்கு நிலையான புகழ்ச் சின்னமாக இன்றும் 'தலையாலங்கானத்துச் செருவென்ற நெடுஞ்செழியன்' என்றே அவன் பெயர் வழங்கி வருகிறது.

நகுதக் கனரே நாடுமீக் கூறுநர்
இளையன் இவன்என உளையக் கூறிப்
படுமணி இரட்டும் பாவடிப் பணைத்தாள்
நெடுநல் யானையும் தேரும் மாவும்
படையமை மறவரும் உடையம் யாம்என்று
உறுதுப்பு அஞ்சாது உடல்சினம் செருக்கிச்
சிறுசொற் சொல்லிய சினங்கெழு வேந்தரை
அருஞ்சமம் சிதையத் தாக்கி முரசமொடு
ஒருங்குஅகப்படேன் ஆயின் பொருந்திய
என்நிழல் வாழ்நர் செல்நிழல் காணாது
கொடியன் எம்இறைஎனக் கண்ணீர் பரப்பிக்
குடிபழி தூற்றும் கோலேன் ஆகுக
ஓங்கிய சிறப்பின் உயர்ந்த கேள்வி
மாங்குடி மருதன் தலைவன் ஆக
உலகமொடு நிலைஇய பலர்புகழ் சிறப்பின்
புலவர் பாடாது வரைகளின் நிலவரை
புரப்போர் புன்கண் கூர
இரப்போர்க்கு ஈயா இன்மையான் உறவே! (புறம் -72)

மா = குதிரை, உறுதுப்பு = மிகுந்த வலிமை, அருஞ்சமம் = அரிய போரில், அகப்படேனாயின் = சிறைப்படுத்தாவிட்டால், செல்நிழல் = போக்கிடம், எம்இறை = எம் அரசன், நிலைஇய= நிலைத்த, வரைக = நீக்குக, நிலவரை = நில எல்லை, புரப்போர் = ஆளப்படுவோர், புன்கண் = துன்பம், இன்மை = வறுமை.

25. ஒரு தயக்கம்

அது ஒரு வேடனின் குடிசை. காட்டின் இடையே
அமைந்திருந்தது. குடிசையின் முன்புறம் முசுண்டை என்ற ஒரு
வகைக் கொடி படர்ந்திருந்தது. வீட்டிற்கு முன்புறம் பசுமைப் பந்தல்
போட்டு வைத்தாற்போல் அடர்ந்து படர்ந்து நிழலையும்
குளிர்ச்சியையும் அளித்துக் கொண்டிருந்தது அது.

காட்டில் அங்கும் இங்கும் அலைந்து வேட்டையாடி
அலுத்துப்போய் வந்த வேட்டுவன் முசுண்டைக் கொடி படர்ந்திருந்த
நிழலில்படுத்து உறங்கிக்கொண்டிருந்தான்.உள்ளே வெட்டுவச்சி
அடுப்புக் காரியங்களைக் கவனித்துக் கொண்டிருந் தாள். குடிசையின்
வாயிலில் உரலில் இட்டு இடித்த தினையரிசி ஒரு மான்
தோலின்மேல் உலர்வதற்காகப் பரப்பப்பட்டிருந்தது. குடிசையைச்
சுற்றியிருந்த புல்வெளியில் மான்கள் இரண்டு மேய்ந்து
கொண்டிருந்தன. ஒன்று கலைமான், மற்றொன்று பென்மான்.

காட்டுக் கோழிகளும் 'இதல்' என்னும் ஒருவகைப்
பறவைகளும் உலர்ந்து கொண்டிருந்த தினையரிசியைக் கொத்தித்
தின்றுகொண்டிருந்தன. ஏதோ காரியமாக வாயிற்புறம் வந்த
வேட்டுவச்சி முசுண்டைக்கொடியின் நிழலில் கணவன் அயர்ந்து
உறங்குவதையும், பறவைகள் தினையைக் கொத்தித் தின்று
கொண்டிருப்பதையும் கண்டாள். அவளுக்கு ஆத்திரம் பற்றிக்
கொண்டு வந்தது.

கோழிகளும் இதல்களுமாக அவள் உலர்த்தியிருந்த
தினையில் பெரும் பகுதியை உண்டுவிட்டன; இன்னும் உண்டு
கொண்டிருந்தன.

சட்டென்று கையைத் தட்டி ஓசை உண்டாக்கிப் பறவைகளை
ஓட்ட எண்ணினாள் அவள். பெரிய ஓசையை உண்டாக்குவதற்காகக்
கைகளை வேகமாக ஓங்கினாள். கண்ணிமைக்கும் நேரத்தில்
வேறோர் எண்ணம் வந்ததால் ஓங்கிய கை தயங்கியது. அவள்

117

மனத்தில் மின்னலைப் போலக் குறுக்கிட்ட அந்த எண்ணம் என்ன? ஓங்கிய கைகளைத் தடை செய்த அந்த உணர்வுதான் யாது?

அவளுக்கு வலப் பக்கமும் இடப் பக்கமுமாக அமைதி ஒன்றிலேயே நிகழ முடிந்த இரண்டு காரியங்கள் நிகழ்ந்து கொண்டிருந்தன. அவள் கைகள் ஓசையை உண்டாக்குமானால் அந்த இரு காரியங்களும் குலைந்து போவது உறுதி. அந்த இரண்டு செயல்களும் குலைந்து போவதை அவள் விரும்பவில்லை. வலப் பக்கம் புல் வெளியில் மேய்ந்து கொண்டிருந்த ஆண் மானும், பெண் மானும் ஒன்றையொன்று நெருங்கிச் சொல்லித் தெரியாத கலையைக் கேளிக்கை மூலம் தெரியவைத்துக் கொண்டிருந்தன. அன்பு என்ற உணர்வு காதலாகிக் காதல் என்ற உணர்வு இன்பமாகி உடலும் உள்ளமும் சங்கம முற்றிருக்கும் ஒரு நிலை.

இடப் பக்கம் கணவன் ஆழ்ந்த உறக்கத்தில் ஈடுபட்டிருந்தான். விழித்திருக்கும்போது ஒரு சில அம்புகளைக் கொண்டே யானையைக்கூட வேட்டையாடிவிடும் அவ்வளவு வலிமை அந்த உடம்பிற்கு உண்டு. உறங்கிவிட்டாலோ தன்னை மறந்த உறக்கம்தான்.

ஓங்கிய கை நின்றது! வெளியே உலர்த்தியிருந்த தினை முழுவதையும் கோழி தின்றுவிட்டாலும் அவளுக்குக் கவலை இல்லை. அந்த மான்கள் துணுக்குற்றுப் பிரிந்துவிடக்கூடாது. ஆழ்ந்து உறங்கும் தன் கணவனின் உறக்கம் கலைந்துவிடக்கூடாது. அவ்வளவு போதும் அவளுக்கு.

பேசாமல் உள்ளே மெல்ல நடந்து சென்றாள் அந்த வேட்டுவச்சி, மான் தோலை விரித்து அதன்மேல் உலர்த்தியிருந்த தினையைக் கோழிகளும் இதல்களும் சிறிது சிறிதாக உண்டு தீர்த்துக் கொண்டிருந்தன.

வேடனின் உறக்கமும், மான்களின் இன்பமும், கோழி முதலிய பறவைகளின் வயிறும் நிறைந்து கொண்டிருந்தன. மான் தோலில் உலர்த்தியிருந்த தினைமட்டும் குறைந்து கொண்டே இருந்தது.

மறுபடியும் அவள் வெளியே வந்தபோது கணவன். உறங்கி எழுந்திருந்தான். மான்கள் 'பழைய நிலை'யிலிருந்து பிரிந்து தனித்தனியே மேய்ந்து கொண்டிருந்தன. தினை உவர்த்தியிருந்த மான் தோலைப் பார்த்தாள்.அதில் ஒன்றுமே இல்லை.ஆனாலும் அவள் மனம் என்னவோ நிறைந்திருந்தது.

முன்றில் முஞ்ஞையொடு முசுண்டைபம்பிப்
பந்தர் வேண்டாப் பலர்தூங்கு நீழல்
கைம்மான் வேட்டுவன் கனைதுயின் மடிந்தெனப்
பார்வை மடப்பினை தழிஇப் பிறிதேர்
தீர்தொழில் தனிக்கலை திளைத்து விளையாட
இன்புறு புணர்நிலை கண்ட மனையோள்
கணவன் எழுதலும் அஞ்சிக் கலையே
பிணைவயின் தீர்தலும் அஞ்சி யாவதும்
இல்வழங்காமையிற் கல்லென ஒலித்து
மானதள் பெய்த உணங்குதினை வல்சி
கானக் கோழியோடிதல்கவர்ந் துண்டென! (புறநானூறு-320)

முன்றில் = வீட்டு வாயிலின் முன், முசுண்டை = ஒரு கொடி, பம்பி = படர்ந்து கைம்மான் = யானை, துயில் = தூக்கம், பிணை = பெண்மான், கலை = ஆண்மான், மானதள் = மான்தோல், உணங்குதினை = இடித்த தினை, வல்சி = இரை, கானக்கோழி = காட்டுக் கோழி, இதல் = ஒருவகைப் பறவை.

26. வீரனின் இருப்பிடம்

அது ஒரு சிறிய வீடு. தாழ்ந்த கூரையையும் அதனைத்
தாங்கும் நல்ல மரத்துரண்களையும் உடையது. வீட்டின் வெளியே
இருந்து கண்டால் அடர்த்தியான மலைப் பகுதியிலுள்ள ஒரு
குகையைப் போலத் தென்பட்டது. மறக்குடியினராகிய வீரப்
பெருமக்கள் வசிக்கின்ற வீதி அது.

அந்த வீட்டில் ஓர் இளைஞனும் அவனுடைய தாயும் வசித்து
வந்தனர். தாய் வயதான கிழவி. கணவனை இழந்தவள். மகன்
போர்வீரன். கண்டவர்கள் இமையால் நோக்கி மகிழத்தக்க
கட்டழகன். இளமைக் கொழிப்பும் அழகான தோற்றமும் வீரப்
பண்பும் 'நாங்கள் இந்த இளைஞனை விட்டு நீங்கமாட்டோம்' என்று
சொல்லிக் கொண்டிருப்பனபோல அவன் உடலில் ஒன்றுபட்டுக்
கலந்திருந்தன.

இந்த ஆணழகனும் இவன் தாயும், வசித்த அதே வீதியில்
இவர்கள் வீட்டிற்கு அடுத்த வீட்டில் வேறொரு மறவர் குடும்பம்
வசித்து வந்தது.அந்தக் குடும்பத்தில் வாலைப்பருவத்துக் கன்னிப்
பெண் ஒருத்தி இருந்தாள். ஆழகையும் ஆண்மையையும் தேடிக்
கண்கள் துறுதுறுப்புக் கொண்டு திரியும் பருவம் அவளுக்கு.
கிழவியின் மகன் வீட்டிலிருந்து வெளியே போகும்போதும்,
வெளியிலிருந்து வீட்டிற்கு வரும்போதும் தன் வீட்டுப் பலகணி
வழியே அவன் அழகைப் பருகும் வாய்ப்பை அவள் தவறவிடுவதே
இல்லை. பலகணியின் வழியாக வெளியே தெரியும் அந்த
ஆண்மையின் எடுப்பான அழகைத் தன்னுடைய நீள் விழிகளுக்குள்
அடக்க முயலும் முயற்சியில் அவளுக்கு வார்த்தை களால் விளக்க
முடியாத ஒரு தனி விருப்பம் இருந்தது.

சில சமயங்களில் இளைஞன் வெளியே சென்றிருக்கும்
நேரங்களில் அவன் வீட்டிற்குச் சென்று கிழவியிடம் அவனைப்
பற்றிப் பேசிக் கொண்டிருக்கிற பழக்கமும் அவளிடம் உண்டு.

அத்தகையபோதுகளில் எல்லாம்தன்னைக் கவர்ந்த ஆணழகனின் தாயோடு பேசுகிறோம் என்ற பெருமிதம் அந்தப் பெண்ணின் மனத்தில் பொங்கிச் சுரக்கும்.அவள் காலம் போவதே தெரியாமல் கிழவியிடம் அவனைப் பற்றிப் பேசிக் கொண்டிருப்பாள். அவன் விரும்பி உண்ணும் உணவுப் பொருள்கள், உடுக்கும் உடைகள், பேசும் பேச்சுக்கள், பழகும் பழக்கவழக்கங்கள், எல்லாவற்றையும் வாய் அலுக்காமல் கிழவியிடம் கேட்டுக் கொண்டிருப்பாள்.

அன்புடையவர்களைப் பற்றிய எல்லாச் செய்திகளையும் அறிந்து கொள்ளத் துடிதுடிக்கும் ஆர்வம் ஒன்றுதான் அன்பு என்ற உணர்ச்சிக்கு ஏற்ற அடையாளம் போலும்!

சில நாட்களாக அந்தக் கன்னியின் கண்களும் பலகணியும் அவளை ஏமாற்றின. அந்தக் கட்டிளங்காளை வீதியில் அடிக்கடி தென்படவில்லை.அவ்வளவேன்? அவனைக் காணவே காணோம். வயதான கிழவியாகிய தாயைவிட்டு விட்டு அந்த வீர இளைஞன் எங்கே போயிருக்க முடியும்? அவள் சிந்தித்தாள். அவளுக்குப் புரியவில்லை. புரிந்து கொள்வதற்கு ஆசை. ஆனால் அதே சமயத்தில் தயக்கம், பெண்மைக்கு உரிய வெட்கம்.

பக்கத்து வீட்டிற்குப் போய்க் கிழவியிடம் கேட்டுவிட வேண்டுமென்ற ஆசை முதிர்ந்தபோது அவள் வெட்கத்தைக் கைவிட்டாள். வெட்கம் ஆசைக்காக விட்டுக்கொடுத்து விட்டது. மனத்தில் துணிவை உண்டாக்கிக் கொண்டு கிழவியைக் காண்பதற்குச் சென்றாள்.

"வா! அம்மா வா! எங்கே உன்னைச் சில நாட்களாகக் காணவில்லை? உட்கார்ந்துகொள்:"

கிழவி அவளை வரவேற்றாள். அவள் உட்காரவில்லை. நாணிக்கோணியவாறு அருகிலிருந்த தூண் ஒன்றைப் பற்றிக் கொண்டு நின்றாள்.

"என்னடி பெண்ணே உட்காரச் சொன்னால் உட்காராமல் துணைப் பிடித்துக் கொண்டு நிற்கிறாய்?"

"..........."

"வீட்டில் ஆண்பிள்ளைகள் யாரும் இல்லையே? உனக்கு ஏன் இந்த வெட்கம்?"

"அதற்கில்லை பாட்டி உங்களை ஒன்று கேட்க வேண்டும். அதுதான்."

"ஏன் தயக்கம்? என்ன கேட்க வேண்டுமோ கேளேன்! சொல்கிறேன்."

"அவர் எங்கே பாட்டி? சில நாட்களாகத் தென்படவே இல்லையே?"

"அவரா? நீ யாரைக் கேட்கிறாய்?"

"அவர்தான் பாட்டி உங்கள் பிள்ளை."

தரையில் காலை நீட்டிக் கொண்டு உட்கார்ந்திருந்த கிழவி தலையை நிமிர்த்திப் பார்த்தாள். துணைப் பிடித்துக் கொண்டு நின்றிருந்த பெண்ணின் தலை கவிழ்ந்திருந்தது. கன்னங்கள் சிவந்திருந்தன. கால் கட்டைவிரல் தரையைக் கீறிக் கொண்டிருந்தது. உதடுகளை மீறி வெளிவர முயன்ற குறுப்புச் சிரிப்பை வலிய முயன்று அடக்கிக் கொண்டாள் கிழவி.

"யார்? என் மகனைப் பற்றியா கேட்கின்றாய்? புலி எங்கே போயிருக்கிறது?' என்பது குகைக்குத் தெரியுமா பெண்ணே?"

"புதிர் போடாதீர்கள் பாட்டி தெளிவாகச் சொல்லுங்கள்" "புதிர் இல்லையடி பெண்ணே பெற்றவள் இதோ இருக்கிறேன். பெற்ற வயிறும் இதோ இருக்கின்றது. ஆனால் அவன் எந்தப் போர்க்களத்தில் சென்று போர் புரிந்து கொண்டிருக்கின்றானோ?"

பெற்றவள், தன் மகன் வீரன் என்ற பெருமிதத்தோடு கூறினாள். புலி வாழும் குகைக்குப் புலியினால் ஏற்பட்ட பெருமையைப்போல அவளும் அவள் வயிறும் வீரமகனைப் பெற்றதால் பெருமை கொண்டாடின.

துணைப் பற்றியவாறு நின்று கொண்டிருந்த பெண்ணின் விழிகள் மலர்ந்தன. இதழ்கள் சிரித்தன. அந்தச் சிரிப்பும் மலர்ச்சியும் உங்கள் மகனின் அழகை மட்டுமே இதுவரை மதிப்பிட்டேன். இன்று வீரத்தையும் மதிப்பிடச் செய்து விட்டீர்கள்' என்று கிழவியிடம்

சொல்லாமற் சொல்வது போலிருந்தன.

ஓர் ஆண்மகனின் வீரம் இரண்டு பெண்களுக்கு எவ்வளவு பெருமையைக் கொடுக்கிறது பாருங்களேன்!

சிற்றில் நற்றுண் பற்றி நின்மகன்
யாண்டுளனோஎன வினவுதி என்மகன்
யாண்டுளன் ஆயினும் அறியேன் ஒரும்
புலிசேர்ந்து போகிய கல்லளை போல
ஈன்ற வயிறோ இதுவே
தோன்றுவன் மாதோ போர்க்களத் தானே (புறநானூறு - 86)

சிற்றில் = சிறிய வீடு, நற்றுண் = நல்ல தூண், வினவுதி = கேட்கிறாய், யாண்டு = எங்கு, கல்லளை = கற்குகை, சேர்ந்து = தங்கி.

27. சிறுமைக்கு ஒரு சூடு!

பெருஞ்சித்திரனார் என்ற புலவர் ஒருமுறை வெளிமான் என்னும் சிற்றரசனைக் கண்டு உதவி பெற்று வருவதற்காகச் சென்றார். வெளிமானுடைய வள்ளன்மையும் வரையாது கொடுக்கும் நல்லியல்பும் நாடறிந்தவை. ஆனால், இவற்றிற்கு நேர்மாறான குணங்களோடு ‘இள வெளிமான்’ என்று அவனுக்கு ஒரு தம்பி இருந்தான். வெளிமானிடத்தில் இருந்த உயர்ந்த குணங்களில் சிலவேனும்கூட இளவெளிமானிடம் கிடையாது. தன் பருவத்தைப் போலவே சிறுமையுள்ளமும் குறுகிய நோக்கமும் கொண்டவன் அவன்.

பெருஞ்சித்திரனார் வெளிமானைத் தேடிப் போன நேரத்தில் அவன் களைப்பு மிகுதியால் உறங்குவதற்காகப் பள்ளியறைக்குச் சென்றிருந்தான். புலவர் ஒரு காவலனிடம் தான் உதவி கோரி வந்திருந்தலை வெளிமானுக்குக் கூறியனுப்பினார்.

புலவர் வரவைக் காவலன் பள்ளியறையிலே போய்க் கூறியபோது இளவெளிமானும் அருகில் இருந்தான். வெளி மானுக்குத் தூக்கம் கண்களைச் சொருகியது. எனவே, அவன் புலவரை வரவேற்றுப் பரிசில் கொடுக்க முடியாத சோர்வில் ஆழ்ந்திருந்தான். புலவரைப் போகச் சொல்லி விட்டு மற்றோர் சமயம் வரச்சொல்லி அனுப்பினாலோ, அவர் தவறாக எண்ணிக் கொள்வார் என்று சிந்தித்த வெளிமான் அருகில் இருந்த தன் தம்பியாகிய இளவெளிமானை நோக்கி, “தம்பி! எனக்காக நீ ஒரு காரியம் செய்யேன். நான் எழுந்திருந்து நடக்க முடியாதபடி களைத்துப் போயிருக்கின்றேன். கண்களில் உறக்கம் சுமையாக அழுத்துகின்றது. புலவர் பெருஞ்சித்திரனார் என்னைத் தேடிக் கொண்டு வந்திருக்கின்றார். நீ அவரை நான் வரவேற்க இயலாத, நிலையில் இருப்பதற்காக வருந்துவதாகக் கூறி மன்னிப்புக் கேட்டுக்கொண்டு வேண்டிய உதவிகளை அவருக்குச் செய்து கொடு

அவர் என்னை அவசியம் சந்திக்க வேண்டும் என்று கூறினால் இன்று முழுவதும் இங்கே தங்குவதற்கு வசதிசெய்து கொடு. நான் உறங்கி விழித்ததும் அவரைச் சந்திக்கிறேன்" என்று கூறினான். அவன் குரலில் குழைவும் கனிவும் இணைந்திருந்தன. ஆனால், அண்ணனின் இந்த வேண்டுகோளுக்கு இளவெளிமான் பதிலே பேசவில்லை. அலட்சியம்ாக மோட்டு வளையைப் பார்த்துக் கொண்டு நின்றான் அவன்.

"என்ன தம்பி? பேசாமல் பராக்குப் பார்த்துக்கொண்டு நிற்கிறாயே? நான் சொல்வது உன்காதில் விழுகிறதா இல்லையா?" - வெளிமான் சற்றே இரைந்த குரலில் கேட்டான்.

"விழுகிறது அண்ணா இந்தப் புலவர்களே இப்படித்தான்! நேரம், காலம் தெரிந்து வரமாட்டார்கள்.இவர்கள் தொல்லையே பெரிய தொல்லையாகப் போய்விட்டது...! அது சரி, இப்போது இதற்காக நான் போக வேண்டுமா? இந்தக் காவலனே சென்று ஏதாவது பரிசிலைக் கொடுத்து அவரை அனுப்பும்படி ஏற்பாடு செய்து விடுகிறேனே..." அலட்சியம் தொனிக்கிற குரலிலேயே இளவெளிமான் பதில் கூறினான்.

"தம்பீ! நீ என்ன பேசுகிறாய், யாரிடம் பேசுகிறாய் என்பதைச் சிந்தித்து நிதானமாகப் பேசு! நீ என் உடன்பிறந்தவன் என்பதற்காக உன்னை விடுகின்றேன். இதே சொற்களை வேறொருவன் பேசியிருந்தால் அவனுடைய நாக்கு இந்த விநாடி என் கத்தி முனையிலிருந்திருக்கும்" வெளிமானின் குரலில் கேட்பவர்களை நடுங்க வைக்கும் கடுமை ஒலித்தது.

"சரி அண்ணா கோபப்படாதீர்கள். நான் போகிறேன்" என்று கூறிவிட்டு வேண்டாவெறுப்பாகப் புலவரைக் கண்டு வரவேற்பதற்காகச் சென்றான் இளவெளிமான். எப்படியும் தன் தம்பி புலவரைச் சந்தித்து அவருக்கு வேண்டியவற்றைச் செய்வான் என்ற நம்பிக்கையோடு வெளிமான் தன்னை மறந்த உறக்கத்தில் இலயித்துப் போனான்.

ஆனால், நடந்தது முற்றிலும் வேறுபட்ட நிகழ்ச்சி.

இளவெளிமான் புலவரை அன்போடு வரவேற்கவில்லை."என்ன
காரியமாக ஐயா வந்தீர்கள்" என்று அன்போடு விசாரிக்கவில்லை.
பெருஞ்சித்திரனாரிடம் சென்று அவர் தகுதியை உணராமல் இரண்டு
மூன்று பொற்கழுஞ்சுகளைப் பிச்சைக்காரனுக்கு வீசி
எறிகிறாற்போல வீசி எறிந்துவிட்டு, "ஒய் புலவரே, பேசாமல் இதை
எடுத்துக்கொண்டு போய்விடும். இப்போது நீர் என் அண்ணனைப்
பார்க்க முடியாது. அவன் தூங்குகிறான். இன்னொரு சமயம் வந்து
பாரும்" என்று சொல்லிவிட்டுத் திரும்பிப் பாராமல் சென்றுவிட்டான்.
தன்னுடைய பண்பற்ற செயல் புலவரை எவ்வளவு தூரம் மனம்
புண்பட்டு வருந்தச் செய்திருக்கும் என்பதை அவன் நினைத்துப்
பார்க்கவே இல்லை. பெருஞ்சித்திரனாரோ தமக்கு வந்த ஆத்திரத்தை
அடக்கிக் கொண்டு இளவெளிமான் ௸ பொற்கழஞ்சுகளை
எடுத்துக்கொள்ளாமல் அமைதியாக வந்த வழியே ஊருக்குத்
திரும்பிச் சென்றுவிட்டார்.

        "இவன் சிறுமைக்குச் சரியான சூடு கொடுக்கவில்லை
யானால் என் பெயர் பெருஞ்சித்திரனார் இல்லை" என்று திரும்பிச்
செல்லும்போது கடுமையான சங்கல்பம் ஒன்றைச் செய்து
கொண்டது அவர் மனம்.

        நாட்கள் கழிந்தன. பெருஞ்சித்திரனார் தன் தம்பி
இளவெளிமானால் அவமானப்படுத்தப்பட்டு ஊர் திரும்பிய விவரம்
வெளிமானுக்குத் தெரியாது,"புலவரை நன்றாக உபசரித்து வேண்டிய
உதவிகளைச் செய்து அனுப்பிவிட்டேன் அண்ணா!" என்று தன்
தமையனிடம் பொய் கூறிவிட்டான் இளவெளிமான். வெளிமானும்
அதையே மெய்யாக நம்பிவிட்டதனால்தான் அவனுக்கு உண்மை
விவரம் தெரியக் காரணம் இல்லாமலே போய்விட்டது.

        திடீரென்று ஒருநாள் காலை வெளிமானின் கோட்டை
எல்லையிலே இருந்த காவல் மரத்தைக் காக்கும் வீரர்கள்
பதறியடித்துக் கொண்டு அரசனைக் காண அரண்மனைக்கு ஓடி
வந்தனர். அவர்கள் வந்த வேகத்தைக் கண்ட அரசன் என்னவோ,
ஏதோ என்று நினைத்துப் பரபரப்படைந்து விவரத்தை விசாரித்தான்

வெளிமான்.

"அரசே! நம்முடைய காவல் மரத்திற்கு ஆபத்து! யாரோ ஒரு புலவர் நாங்கள் எவ்வளவு தடுத்தும் கேட்காமல் ஒரு பெரிய யானையைக் கொண்டுவந்து நம்முடைய காவல் மரத்திலே கட்டிவிட்டார்.கொம்புகளை ஆட்டிமரத்தை அசைத்து இழுத்து அட்டகாசம் புரிகிறது அந்த யானை. யாரும் கிட்ட நெருங்க முடியவில்லை. அந்த யானையினது கம்பீரமான பயங்கரத் தோற்றத்தைக் கண்ட கைகால்கள் நடுக்கமெடுக்கின்றன. அதன் முதுகிலே பல பெரிய மூட்டைகள் கட்டியிருக்கின்றன. அந்த யானையை இப்படியே இன்னும் சிறிது நேரம் விட்டுவிட்டால் நம்முடைய காவல் மரத்தை ஆணிவேரோடு பிடுங்கி எறிந்து விடும். இதெல்லாம் அந்தப் புலவர் செய்கிற வேலை அரசே! யானையைக் கொன்று அவரைச் சரியானபடி தண்டிக்க வேண்டும்" என்று காவலர்கள் பதறிக் கூறினார்கள்.

அரசன் வெளிமான், தம்பி இளவெளிமானுடனும் படைகளுடனும் உடனே காவல்மரம் இருந்த இடத்தை அடைந்தான். அவன் மனத்தில் சினமாகிய நெருப்பு மூண்டு எரிந்து கொண்டிருந்தது. அங்கே காவலர்கள் கூறியபடி மிகப் பயங்கரமான தோற்றத்தை உடைய பெரிய யானை ஒன்று மரத்தை ஆட்டி அசைத்துக் கொண்டிருந்தது. ஆனால் அந்த யானைக்கு அருகிலே நின்றுகொண்டிருந்த புலவர் பெருஞ்சித்திரனாரைப் பார்த்த்போது அவனுடைய ஆத்திரம் ஆச்சரியமாக மாறியது. அதே சமயத்தில் அவனருகிலிருந்த இளவெளிமான் புலவரை' அங்குக் கண்டதும் திருடனுக்குத் தேள்கொட்டினாற்போலத் திடுக்கிட்டான். அரசனைக் கண்டதும் புலவர் யானையின் கொட்டத்தை அடக்கி, மந்திரத்தாற் கட்டி நிறுத்தியதுபோல அதைஅமைதியாக நிற்கச் செய்தார். எல்லோரும் அதைக் கண்டு ஆச்சரியப்பட்டார்கள்.

புலவரை நோக்கி, "இது என்ன பெருஞ்சித்திரனாரே! என் காவல் மரம் உங்களுக்கு என்ன குற்றத்தைச் செய்தது?" என்று கேட்டான் வெளிமான்.

"காவல் மரம் ஒரு குற்றத்தையும் செய்யவில்லை அரசே! இப்போதெல்லாம் மரங்கள்கூடச் சில மனிதர்களைவிட நல்லவைகளாக இருக்கின்றன. சில மனிதர்கள்தாம் மரங்களைவிட மோசமானவர்களாக இருக்கிறார்கள்" இப்படிக் கூறிக் கொண்டே அவர் தம் பார்வையை இளவெளிமான் மேல் பதிய வைத்தார். சவுக்கடி பட்டது போலிருந்தது அவனுக்கு. அவன் தலை குனிந்தான். புலவர் மேலும் கூறினார் "அரசே! இந்த யானையின் முதுகிலுள்ள மூட்டைகள் நிறையப் பொற்கழஞ்சுகள் இருக்கின்றன. இது தகுதியறிந்து கொடுத்த பரிசில். நான் இப்போது அவற்றை உங்கள் தம்பி இளவெளிமானுக்கு அன்பளிப்பாகக் கொடுக்கிறேன்" அவர் கூறி முடிக்கவில்லை, "ஐயோ புலவரே என்னை மன்னித்து விடுங்கள்!" என்று அலறிக் கொண்டே அவர் காலில் விழுந்துவிட்டான் இளவெளிமான். இரவலர் புரவலை நீயும் அல்லை புரவலர் இரவலர்க்கு இல்லையும் அல்லர் இரவலர் உண்மையும் காண்இனி இரவலர்க்கு ஈவோர் உண்மையும் காண்இனி நின்னூர்க் கடிமரம் வருந்தத் தந்தியாம் பிணித்த நெடுநல் யானையெம் பரிசில் கடுமான் தோன்றல் செவ்வல் யானே! (புறநானூறு - 162)

இரவலர் = யாசிப்பவர், புரவலர் = பாதுகாப்பவர், ஈவோர் = கொடுப்போர், கடிமரம் = காவல் மரம், பிணித்த= கட்டிவைத்துள்ள, கடுமான் = விரைந்து செல்லும் குதிரை.

28. பசுமை நினைவுகள்

பளிங்குபோலத் தெளிந்த நீரின் வெண்பட்டு மடிப்பு போன்ற சின்னஞ்சிறு அலைகள் அந்தப் பொய்கைக்கு ஒரு தனி அழகைக் கொடுத்தன. இடையிடையே அல்லி, குவளை, தாமரை, முதலிய மலர்களும், அவற்றின் நீலங் கலந்த பசுமைநிற இலைகளுமாக அந்த எழிலை எடுத்துக் காட்டி விளக்க முயன்று கொண்டிருந்தன. பொய்கையைச் சுற்றிலும் கப்பும் கவருமாகக் கிளைத்து வளர்ந்துள்ள பெரிய பெரிய மரங்கள் வேலி எடுத்ததுபோல அடர்ந்து வளர்ந்திருந்தன.

பொய்கையின் நான்கு பக்கத்திலும் வசதியான படித் துறைகள் இருந்தன. அவற்றில் இறங்கி ஆண்களும் பெண்களுமாகப்பலர் நீராடிக் கொண்டிருந்தார்கள். ஆண்களில் தைரியசாலிகளாக இளைஞர்கள் சிலர் மரங்களின் கிளைகளில் ஏறி அங்கிருந்து துணிச்சலோடு பொய்கையில் திடும்திடும் என்று குதித்து நீந்தி விளையாடினார்கள். பொய்கைக் கரையிலிருந்து ஈரமணற் பரப்பில் கன்னிப் பெண்கள் மணலைக் கூட்டிப் பிடித்துப்பொம்மை போலச்செய்து, அப்படிச்செய்த பொம்மைகளுக்குப் பூக்களைக் கொய்து அலங்கரித்துக் கொண்டிருந்தனர்.

இந்தக் காட்சிகளை எல்லாம் மருத மரம் ஒன்றின் கீழ் சோர்ந்து உட்கார்ந்து கொண்டிருந்த முதுபெருங் கிழவர் ஒருவர் கூர்ந்து நோக்கிக் கொண்டிருந்தார். இரண்டு பக்க நுனிகளிலும் இரும்புக் பூண்பிடித்த ஊன்றுகோல் ஒன்று அவர் கையில் இருந்தது. அடிக்கடி இருமிக் கொண்டும் கோழையைக் காரித் துப்பிக் கொண்டுமிருந்தார் அவர். ‘முகபாவம்’ ஆழ்ந்த சிந்தனையில் ஈடுபட்டிருப்பதுபோலத் தோன்றியது. குழிவிழுந்து ஒளியற்று விளங்கிய அந்தக் கிழவரின் விழிகளிலிருந்து கண்ணிர்த் துளிகள் வடிந்து கொண்டிருப்பது இன்னும் சற்று அருகே நெருங்கிப்

பார்த்தால் நமக்கு நன்றாகத் தெரியும். அவருடைய இந்தத்
துயரத்துக்கும் உருக்கத்துக்கும் காரணம் என்ன என்பதை நாம்
தெரிந்து கொள்ளவேண்டுமல்லவா?.ஆம் அவசியம் அதை நாம்
தெரிந்து கொண்டுதான் ஆக வேண்டும்!

　　தம்மைச் சுற்றிலும் அந்தப் பொய்கைக் கரையில் நிகழும்
ஒவ்வொரு காட்சியையும் பார்க்கும்போது அவருடைய உள்ளம்.
அவரை இன்பகரமான பசுமை நினைவுகளுக்கு இழுத்துக் கொண்டு
சென்றது. நினைக்க நினைக்க இரம்மியமான அந்த இளமை
எண்ணங்களை எண்ணி எண்ணிக் கழிவிரக்கம் என்னும்
மனமுருக்குகிற உணர்ச்சியில் சிக்கிப் போயிருந்தார் அவர்.
கழிந்துபோன நாட்களை - அவை இன்பம் நிறைந்த அனுபவங்
களைத் தந்தவையாக இருந்தாலும் சரி, துன்பம்நிறைந்த
அனுபவங்களைத் தந்தவையாக இருந்தாலும் சரி, அவற்றை
எண்ணிப் பார்ப்பதில் ஆன்ம ரீதியான சுகம் ஒன்று இருக்கிறது
என்பது உறுதி.அது வெறும் சுகம் மட்டுமில்லை. ஏக்கம் கலந்த சுகம்.
"ஆகா! இனிமேல் அந்த மனோரம்மியமான நாட்கள் வருமா?
அத்தகைய அனுபவங்கள் மீண்டும் கிட்டுமா?" என்ற ஏக்கம்
ஒவ்வொரு பகமை நினைவினிலும் தோன்றுவது இயல்பு.
இப்படிப்பட்ட ஏக்கந்தான் அந்த முதுபெருங்கிழவனின் கண்களில் நீர்
பெருகச் செய்திருந்தது.

　　பல வருஷங்களுக்கு முன்னால் நிகழ்ந்து மறைந்துபோன
சம்பவங்கள் ஒன்றன் பின் ஒன்றாக அவர் மனத்தில் உருவெளித்
தோற்றமாகத் தோன்றி மறைந்துகொண்டிருந்தன.

　　வாலிபத்தின் வனப்பும் பலமும் தேகத்தின் ஒவ்வோர்
அங்கத்தினிலும் நிறைந்து பரிணமித்துக் கொண்டிருந்த யெளவனப்
பருவம். அப்போது அவர் இருபத்தைந்து வயதுக் கட்டிளங் காளை
ஒடுகிற பாம்பின் வாலை எட்டிப் பிடித்துச் சுழற்றி அதன் கால்களை
எண்ணுகிற வயது, துறுதுறுப்பு நிறைந்த உடலைப் போலவே
எதையும் வேகமாகச் சிந்தித்து வேகமாக நிறைவேற்றுகின்ற
மனமும் இளமைப் பருவத்திற்கே உரியவை அல்லவா?

130

"இதோ! இந்தப் பொய்கை அன்றைக் கிருந்தாற்போலத்தான் இன்றும் இருக்கிறது. இதன் கரைகள், படித்துறைகள், சூழ இருக்கும் மரங்கள் எல்லாம் அப்படியே இருக்கின்றன. ஆனால் நான் மட்டும் அன்றைக்கு இருந்தாற்போல இன்று இல்லை. இன்றைக்கு இருக்கிறாற்போல நாளை இருக்கப் போவதும் இல்லை. இந்த உலகம்தான் எவ்வளவு விந்தையானது!"

மனிதன் வெட்டியகுளமும் கட்டியகோவிலும் நட்டு வைத்த மரங்களும்கூட அவனைக் காட்டிலும் அதிக நாட்கள் வாழ் கின்றன. ஆனால் மனிதன் நெடுங்காலம் வாழ முடிவதில்லை. ஆச்சரியங்களிலெல்லாம் பெரிய ஆச்சரியம் என்னவென்று பார்த்தால், அது இந்த உலகமும் இதிலுள்ள மனிதர்களின் வாழ்க்கையுமாகத்தான் இருக்கும் போலிருக்கிறது!

நானும் ஒரு காலத்தில் இந்தப் பொய்கைக்கரையில் இளமை மதர்ப்போடு ஓடியாடித் திரிந்திருக்கிறேன். கன்னிப் பெண்கள் இங்கே மணலில் செய்யும் மண் பாவைகளுக்கு என் கைகளால் பூக்கள் பறித்துக் கொடுத்து அவர்கள் தயவைச் சம்பாதிப்பதற்கு முயன்றிருக்கிறேன். இப்போது நினைத்தால் வெட்கமாகக்கூட இருக்கிறது. அப்போது சில அழகான கன்னிப் பெண்களுடன் இதே மணற் பரப்பில் கை கோத்துக்கொண்டு தட்டாமாலை விளையாட்டு கூட விளையாடியிருக்கிறேன். அந்தப் பெண்களுக்கு என்மேல் தனி அன்பு எனக்கும் அவர்கள் மேல் அப்படித்தான். விளையாடவோ, மண் பாவைகளுக்கு அணிய மலர் பறிக்கவோ, தொடங்கிவிட்டால் அன்று எங்களுக்கு நேரம் போவதே தெரியாது.

நாங்கள் பத்து, இருபது விடலைப் பிள்ளைகளாகச் சேர்ந்து கொண்டு குளிப்பதற்கு வருவோம். மருதமரக் கிளைகள் தண்ணீர்ப் பரப்பின்மேல் மிக அருகில் படர்ந்திருக்கும். அந்தக் கிளைகளில் அஞ்சாமல் ஏறிக் கரையிலே இருப்பவர்கள் எல்லோரும் கண்டு வியக்கும்படி தண்ணிரில் குதித்து விளையாடுவோம். அவ்வாறு குதிக்கும்போது நீர்த்தரங்கங்கள் சலீர் சலீரென்று கரையிலுள்ளவர்கள்மேல் தெரித்துச் சிதறும்.

கரையி லுள்ளவர்களில் சிலர் எங்களை நோக்கி, "நீங்கள் மெய்யான திறமை உள்ளவர்களானால் இந்தப் பொய்கை எவ்வளவு ஆழம் இருக்கிறதோ அதுவரை மூழ்கி முக்குளித்து மணலை வெளியே எடுத்துக்கொண்டு வாருங்கள்! எங்கே? ஆண்பிள்ளைகளானால் அப்படிச் செய்து காட்டுங்கள் பார்க்கலாம்?" என்று எங்களோடு பந்தயம் போடுவார்கள்.

உடனே நாங்கள் அத்தனை பேரும் ஒருவரோ டொருவர் போட்டி போட்டுக்கொண்டு பொய்கையில் முக்குளித்துக் கீழே ஆழத்திற்குச்செல்லுவோம்.எங்களோடு பந்தயம் போட்டவர்கள் நாணமுற்றுத்தலை குனியும்படியாக ஆழத்திலிருந்து எடுத்துவந்த மணலை வெற்றி மதர்ப்பில் கரையில் நின்று கொண்டிருக்கும் அவர்கள் மேலே வீசி எறிவோம். ஆகா! அப்படி வீசி எறிவதில்தான் எத்தனை இன்பம்! எவ்வளவு தற்பெருமை! அறியாமை நிறைந்த அந்த இளமை இன்பத்திற்கு ஈடான இன்பத்தை இனி என் வாழ்வில் நான் எப்போது காணப் போகிறேன்? அதற்கு இன்னும் ஒரு பிறவிதான் எடுக்க வேண்டும் போலிருக்கிறது!

அன்றைக்கு இருந்த அந்தத் திடகாத்திரமான சரீரம் எங்கே? அதில் பொங்கித் ததும்பிய இளமை என்னும் அமுதம் எங்கே? துறுதுறுப்பு நிறைந்த அந்த மனம் எங்கே? காலம் அவற்றை எல்லாம் எனக்குத் தெரியாமலே அழித்துவிட்டதா? இதோ! இரண்டு துனிகளிலும் பூண்பிடித்த இந்தக் கனத்த தடி இல்லாமல் இப்போது என்னால் நடக்கவே முடிவதில்லையே! வாயைத் திறந்து தொடர்பாக இரண்டு வார்த்தைகள் பேசி முடிப்பதற்குள் இருமல் குத்திப் பிடுங்குகிறதே! இப்போது என்னிடம் எஞ்சியிருப்பதுதான் என்ன? பார்க்கப் போனால் இந்தப் பசுமை நினைவுகளால் உண்டாகின்ற ஏக்கத்தைத் தவிர வேறொன்றும் இல்லை..."

"என்ன ஐயா பெரியவரே! ஏதோ மயக்கம் வந்தவர்போலச் சோர்ந்து உட்கார்ந்திருக்கிறீரே...?"

கிழவரின் சிந்தனை கலைந்தது. அவருக்கு முன் நின்று மேற்கொண்டு மேற்கூறியவாறு ஆறுதலாக வினவிய மனிதன்

மேலும், "நான் வேண்டுமானால் கைத்தாங்கலாகத் தூக்கி
விடுகிறேன்! ஐயோ, பாவம் தள்ளாத காலம்" என்று அவரருகில்
நெருங்கினான்.

"சீ! தள்ளி நில் ஐயா! கையில் இந்தப் பூண் பிடித்த தடி
இருக்கிறவரை எனக்குத்தளர்ச்சியும் இல்லை; மயக்கமும் இல்லை"
என்று கூறிக்கொண்டே அந்த மனிதனைத் தன் அருகே
வரவொட்டாமல் கைகளை மறித்துத் தடுத்தார் கிழவர்.

"வயதானாலும் திமிர் போகவில்லை கிழவனுக்கு!"
ஆத்திரத்தோடு இரைந்துகூறிவிட்டு வேகமாக நடந்தான். உதவிக்கு
வந்த மனிதன்.

அவன் அந்தப் பக்கம் சென்றதும் பூண்பிடித்த தடியை
ஊன்றிக்கொண்டு எழுந்திருந்தார் கிழவனார். அவருடைய
இதயத்தின் ஆழத்திலிருந்து ஒரு நீண்ட பெருமூச்சு வெளிப் பட்டது.
அந்தப் பெருமூச்சின் வெம்மையிலே அவரது பசுமை நினைவுகள்
எல்லாம் வாடி வதங்கிப் பொசுங்கிப்போய்விட்டது போல் ஒரு
பிரமை மறுகணம் டொக் டொக் என்று தடியை ஊன்றிக் கொண்டு
நடந்தார் அவர்.

இனிநினைந் திரக்க மாகின்று திணிமணற்
செய்வுறு பாவைக்குக் கொய்பூத் தைஇத்
தண்கய மாடு மகளிரொடு கைபிணைந்து
தழுவுவழித் தழிஇத் தூங்குவழித் தூங்கி
மறையென லறியா மாயமி லாயமொடு

உயர்சினை மருதத் துறையுறத் தாழ்ந்து
நீர்நனிப் படிகோடேறிச் சீர்மிகக்
கரையவர் மருளத் திரையகம் பிதிர
நெடுநீர்க் குட்டத்துத் துடுமெனப் பாய்ந்து
குளித்துமணற் கொண்டகல்லா விளமை
அளிதோ தானே யாண்டுண்டு கொல்லோ
தொடித்தலை விழுத்தண் டுன்றி நடுக்குற்
றிருமிடை மிடைந்த சிலசொற்

பெருமூ தாளரே மாகிய வெமக்கே! (புறநானூறு- 243)

        திணிமணல் = செறிந்தமண், பாவை = பொம்மை, தண்கயம்
= குளிர்ந்த பொய்கை, தூங்கி = அசைந்து, சினை = கிளை, அளிதோ
= இரங்கத்தக்கதே, தண்டு = கம்பு.

29. அன்றும் இன்றும்

அன்று பௌர்ணமி. வானவெளியின் நீலப்பரப்பில் முழு நிலா தன் ஒளியை உமிழ்ந்து கொண்டிருந்தது. விண்மீன்கள் மினுமினுத்துக் கொண்டிருந்தன. அழகான பெண்ணின் சிவந்த மேனியில் சந்தனக் குழம்பு பூசினால் தெரியும். மங்கலான காந்தியைப் போல நிலா ஒளியில் மலைச்சிகரங்கள் தென்பட்டன.

கண்ணைக் கவரும் நீல நிறத் தண்ணீர் தேங்கி நிற்கும் ஒரு பெரிய சுனை. அந்தச் சுனையின் கரையில் கப்பும் கவடுமாக ஓங்கி வளர்ந்திருந்தது. ஒரு மூங்கிற் புதர். அந்தப் புதருக்கு அருகே அதை ஒட்டி ஒரு சிறு குடிசை தோன்றுகிறது. அங்கே குடிசைவாயிலில் இரண்டு இளம் பெண்கள் அமர்ந்திருந்தார்கள். உள்ளே யாரோ வயதான ஆடவர் ஒருவர் தூங்குவதுபோலத் தெரிந்தது.

அமர்ந்திருந்த பெண்களின் முகத்தில் அழகு இருந்தது. ஆனால் இளமைக் குறுகுறுப்பு இல்லை. மணியில் மாசு படிந்தாற்போலச் சோகம் அந்த இளம் நெற்றிகளில் படிந்திருந்தது. கண்களின் ஒரங்களில் ஈரம் கசிந்திருந்தது. அவர்கள் ஒருவருக் கொருவர் பேசிக் கொள்ளவில்லை.

அவர்கள் வானப் பரப்பில் நீந்திவரும் நிலாவையும் அதன் கீழே எழில் மிகுந்து தோன்றும் மண்ணுலகத்து மலைச்சிகரங் களையும் இலட்சியமின்றி வெறித்துப் பார்த்துக் கொண்டிருந்தார்கள்.

இரவு நேரம், மனித சஞ்சாரமில்லாத கானகம். துணையாக வந்திருந்த பெரியவரும் ஆழ்ந்த உறக்கத்தில் ஈடுபட்டிருந்தார். பாவம், இந்த அப்பாவிப் பெண்கள்மட்டும் ஏன் இப்படி உறக்கம் வராமல் விழித்துக் கிடக்கின்றார்கள்? வானத்துச் சந்திரனிலும் வையகத்து மலைச் சிகரங்களிலும் இவர்களுடைய அழகிய விழிகள் எவற்றைத் தேடுகின்றன? முகங்களிலே சோகமும் விழிகளிலே கண்ணிர்த் தடமுமாக இவர்கள் நடிக்கும் சோக நாடகம் என்னவாக இருக்கும்? ஒன்றும் விளங்காத புதிராக அல்லவா இருக்கின்றது?

அரசகுமாரிகளைப் போன்ற கம்பீரமான அழகுடைய இவர்கள் இரவு நேரத்தில் இந்தக் காட்டில் நடுக்கும் குளிரையும் பொறுத்துக்கொண்டு ஒரு குடிசை வாசலில் உறக்கமின்றி வீற்றிருக்க வேண்டிய அவசியம்?

நல்ல வேளை நம்முடைய சந்தேகங்களுக்கு விடை கிடைக்கும் சந்தர்ப்பம் இதோ நெருங்கிவிட்டது. நீண்டநேர மௌனத்துக்குப்பிறகு அந்தப் பெண்கள் இருவரும் தங்களுக்குள் ஏதோ உரையாடத் தொடங்குகின்றனர். அதைக் கூர்ந்து கவனிப்போம்.

“சங்கவை!”

“என்ன அக்கா?”

“கபிலர் நன்றாக உறங்கிவிட்டாற்போல் இருக்கிறதடி..!”

“பாவம்! வயதான காலத்தில் நம்மைக் காப்பதற்காக இப்படி அலைகிறார். நடந்து வந்த களைப்பு. நன்றாகத் துரங்கி விட்டார் அக்கா!”

“அதோ தொலைவில் நிலா ஒளியின் கீழ் என்ன தெரிகிறது பார்த்தாயா?” *

“ஆம் அக்கா பறம்பு மலை அழகு மிகுந்து தோன்றுகிறது:” “சங்கவை! இன்று இந்த நிலாவையும் அதன் கீழ் ஒரு காலத்தில் நமக்குச் சொந்தமாயிருந்த அந்த அழகிய மலையையும் பார்க்கும்போது உன் உள்ளம் உருகவில்லையாடி?”

“ஒரு காலம் என்ன அக்கா? போன பௌர்ணமியின் போதுகூட உரிமையோடு அந்த மலையில் வாழ்ந்தோம். நம்முடைய தந்தை உயிரோடு இருந்தார்” சங்கவைக்கு அழுகை வந்துவிட்டது. கண்கள் மளமளவென்று நீரைச் சொரிந்தன. அவள் துயரம் தாங்க முடியாமல் அழுது விட்டாள் அப்போது.

மூத்தவளுக்கு மட்டும் மனம் கல்லா என்ன? அவள் வாய்விட்டு அழவில்லை. தலை குனிந்து கண்ணீர் சிந்தினாள்.

“சங்கவை! அழாதே அம்மா! மனித எண்ணங்களின்படி விதியின் எண்ணங்கள் இருப்பதில்லை” அங்கவையின் குரல்

தழுதழுத்தது.

"அந்த விதியும் அதன் எண்ணங்களும் பாழாய்ப் போக! போன பௌர்ணமியன்று அதோ தொலைவில் அற்புதமான அழகுடன் தெரியும் பறம்புமலை நம்முடையதாக இருந்தது. நம்முடைய அன்புத் தந்தையும் உயிரோடு இருந்தார். இதோ இன்று இந்தப் பௌர்ணமிக்குள் விதி நம்முடைய வாழ்வை எவ்வளவு பயங்கரமாக மாற்றிவிட்டது அக்கா. மூவேந்தர்கள் வஞ்சனையால் நம்முடைய பறம்பு மலையைக் கைப்பற்றிக் கொண்டார்கள். நம்முடைய தந்தையையும் கொன்று விட்டார்கள். ஒரு திங்களுக்குள் எவ்வளவு குரூரமான மாறுபாடுகள்? இந்த விதிக்குக் கண் என்பதே இல்லையோ அக்கா?"

"இருக்கிறதோ, இல்லையோ?" கண் பெற்றவர்களை எல்லாம் குருடர்களாக்கி விட்டுத் தன் ஆணையை நிலைநாட்டுவதற்குத் தெரிகிறது விதிக்கு அது போதாதா?

"நல்ல உலகம் நல்ல விதி"

"விதியும் உலகமும் எக்கேடு கெட்டு வேண்டுமானாலும் போகட்டும்! நீ உறங்குவதற்கு வா, உள்ளே போய்ப்படுத்துக் கொள்ளலாம். கபிலர் விழித்துக் கொண்டு விட்டால், ஏன் உறங்கவில்லை? என்று நம்மைக் கடிந்து கொள்வார்."

"உறங்கத்தானே பிறந்திருக்கிறோம்! தந்தையை நிரந்தரமாக உறங்க வைத்துவிட்டோம். வளமான வாழ்வை அளித்து வந்த பறம்பு மலையை மூவேந்தர்கள் கையில் உறங்கக் கொடுத்து விட்டோம்"

"சொல்லியும் வருந்தியும் பயன் என்ன சங்கவை? நாமும் வாழ்கிறோம் நடைப் பிணங்களாக" பெண்கள் இருவரும் கண்ணிரைத்துடைத்துக் கொண்டு உறங்கச் சென்றனர். விரைவில் தூக்கமும் ஆட்கொண்டு விட்டது.

இப்போது, உறங்கிவிட்டதாக அவர்கள் எண்ணிக் கொண்டிருந்த கபிலர் மெல்ல எழுந்தார். குடிசைக்கு வெளியே வந்தார்.

நிலா ஒளியில் அவர் தலைவைத்துப் படுத்த இடம் கண்ணிர்ப் பிரவாகத்தின் ஈரத்தால் நனைந்திருப்பது தெரிந்தது.

முழு நிலாவையும் அதன் கீழ்த்தெரிந்த வளமான பறம்பு மலையையும் கண் இமைக்காமல் பார்த்துக் கொண்டே நின்றார் கபிலர். கண்களில் நீர்மல்கித் திரண்டு பார்வையை மறைத்த போதுதான் அவருடைய நோக்கு தடைப்பட்டது.

"போன பௌர்ணமியில் என் உயிரினுமினிய அரசன் பாரி ஆண்ட மலை அதோ தெரிகிறது! இப்போது அந்த மலை பாரிக்குச் சொந்தமில்லை. அதைச் சொந்தம் கொண்டாடு வதற்குப் பாரியும் இந்த உலகத்தில் உயிரோடில்லை.நான் மட்டும் உயிரைச் சுமந்து வாழ்கிறேன். இதோ உறங்குகின்ற பாரியின் மக்கள் அங்கவை, சங்கவை இருவரையும் காத்துக் கணவன்மார் கையில் ஒப்படைக்கும் பொறுப்பை எண்ணி வாழ்கிறேன்."

கபிலருக்கு இந்தச் சோக சிந்தனைக்குப் பிறகு உறக்கமே வரவில்லை. அப்படியே முழு நிலாவையும், அதன்கீழ் தெரியும் பறம்பு மலையையும் பார்த்தவாறே குடிசை வாசலில் உட்கார்ந்து விட்டார். சற்றுமுன் அங்கவைக்கும் சங்கவைக்குமிடையே நடைபெற்ற சம்பாஷணை அவருடைய நினைவில் மிதந்தது. அவருடைய நினைவும் அந்தச் சோகத்தில் மிதந்து கொண்டிருந்தது.

"அற்றைத் திங்கள் அவ்வெண் நிலவின்
எந்தையும் உடையேம்எம் குன்றும் பிறர்கொளார்.
இற்றைத் திங்கள் இவ்வெண் நிலவின்
வென்றெறி முரசின் வேந்தர்எம்
குன்றும் கொண்டார்யாம் எந்தையும் இலமே!" (புறநானூறு-12)

அற்றைத் திங்கள் = அந்தப் பௌர்ணமி, குன்று = பறம்புமலை, இற்றைத் திங்கள் = இந்தப் பௌர்ணமி, எறிமுரசு = அடிக்கத்தக்க முரசு, வேந்தர் = மூவேந்தர், எந்தை = பாரி.

30. இரண்டு பகைகள்

அதியமானுக்கு ஒரு புதல்வன் இருந்தான். வாலிபப்
பருவத்தினனாகிய அப்புதல்வனுக்குப் பொகுட்டெழினி என்று பெயர்.
நல்ல வளர்ச்சியும் உடற்கட்டும் பார்த்தவர்களை உடனே கவரும்
அழகான தோற்றமும் இவனுக்குப் பொருந்தியிருந்தன.

அந்தத் தோற்றத்தை வெறும் அழகான தோற்றம் என்று
மட்டும் சொல்லிவிட முடியாது. அப்படிச் சொன்னால் சொல்லி
யவர்களுக்கே திருப்தி ஏற்படாது. கொஞ்சம் வருணிக்கலாமே
என்றுதான் தோன்றும்.

பரந்து விரிந்த மார்பு நீண்ட பெரிய கைகள் உருண்டு திரண்டு
பருத்த புயங்கள். எடுப்பான கழுத்து, அதன் மேல் கம்பீரமான
முகத்தோற்றம். நீண்டு வடிந்த நாசி மலர்ந்த விழிகள். பரந்த நெற்றி,
புன்னகை நிலவும் உதடுகள். காதோரத்தில் சுருண்டு சுருண்டு
படியும் சுருட்டை மயிர்.

பார்த்தவர்களை அப்படியே ஒருசில விநாடிகள் தடுத்து
நிறுத்தித் தன்னை மறக்கச் செய்கின்ற மோகன சக்தி
பொகுட்டெழினியின் அழகுக்கு இருந்தது. இவன் வெறும் அழகன்
மட்டும் இல்லை. தலை சிறந்த வீரனும்கூட, சில போர்களுக்குத்
தான் ஒருவனாகவே படைத் தலைமை தாங்கிச் சென்று
அமோகமான வெற்றிகளை அடைந்திருக்கிறான்.

'புலிக்குப் பிறந்தது பூனையாகி விடுமா? தந்தையைப்
போலவே இவனும் வீர்த்தையே குலதனமாகப் பெற்றிருக்கிறான்.
ஆனால் வீரத்தைவிடச் சிறந்த வேறொரு சக்தியும் இவனிடம்
இருக்கிறது. இவனுடைய மலர்ந்த முகமும் சிரிக்கும் உதடுகளும்
எடுப்பான அழகுத் தோற்றமும் பகைவர்களைக்கூட வசீகரித்து
விடுமே வில்லும் அம்பும் எடுத்து, வாளும் கேடயமும் தாங்கி இவன்
போர் செய்யக்கூடவேண்டாம் எதிரிக்கு முன்னால் போய் நின்று
ஒரு புன்முறுவல் செய்தால் போதுமே! தான் எதற்காக

வந்திருக்கிறோம் என்பதையும் மறந்து புன்சிரிப்போடு இவளைக்
கட்டிக் கொண்டு விடுவான் இவனுடைய எதிரி. இது
கந்தர்வர்களுக்கு உரிய தேவலோகத்து அழகு" என்று அரசவையைச்
சேர்ந்த பெரியோர்கள் அவனைப் பற்றி அடிக்கடி வியந்து
பேசிக்கொள்வது வழக்கம்.

இன்னும் ஒரு வேடிக்கை! எப்போதாவது சில
சந்தர்ப்பங்களில் பொகுட்டெழினி தன்னுடைய தேரில் ஏறித் தகடூர்
வீதிகளின் வழியே செலுத்திக்கொண்டு போவான். அப்படிப்
போகும்போது வீதியின் இரு மருங்கிலும் உள்ள வீடுகளின்
சாளரங்களிலும் ஒருக்கொளித்த கதவின் இடைவெளி களிலும் சில
ஆச்சரியங்கள் நிகழும்!

சாளரங்களிலும் கதவின் இடைவெளிகளிலும் திடர்
திடீரென்று தாமரை மலர்கள் மலரும் முழு மதிகள் உதயமாகும்!
'என்ன இது? சுத்தப் பிதற்றலாக இருக்கிறதே? தாமரைப் பூவும்
சந்திரனும் விட்டு வாசலிலும் பலகணியிலும் மலர்கிறதாவது?'
என்று ஆச்சரியமாக இருக்கிறதல்லவா?

ஆம் தாமரை மலரைப் போலவும் முழு மதியைப்போலவும்
முகங்களை உடைய கன்னிப் பெண்கள் பலர் பொகுட் டெழினியைக்
காண்பதற்காகத் தங்களுக்குள்ளே போட்டி போட்டுக்கொண்டு
வருவார்கள். எழினியின் அழகைப் பார்க்க அவ்வளவு ஆர்வம். அதை
வெறும் ஆர்வமென்றுகூடச் சொல்வதற்கு இல்லை. 'ஆர்வவெறி'
என்றே சொல்லலாம்.

காதற் கடவுளாகிய மன்மதனே தேரில் ஏறி வீதியில்
செல்வதாகத் தோன்றும் அவர்களுக்கு. ஒரே நாளில், ஒரே
சமயத்தில், ஒரே பார்வையில் கண்டு, கண்களையும் மனத்தையும்
திருப்திபடுத்திக்கொண்டுவிடக்கூடிய அழகு அன்று அது. இவன்
தேரேறி வீதியில் போகின்றபோதெல்லாம் வீதியில் இவனைப்
பார்த்தாலும் இவன் புதிய அழகனாகவே தெரிகிறான். இரசத்
தேர்ச்சியும் காவிய ஞானமும் உள்ள மகாகவி ஒருவன் சிருஷ்டித்த
காவியம் எத்தனை தடவை படித்தாலும் புதிய அழகும் புதிய

நயமும் உடையதாகவே தோன்றுகிறது பாருங்கள்!

பொகுட்டெழினியின் இளமை அழகும் அவ்வூர்க் கன்னிப் பெண்களுக்கு இப்படி ஒரு காவியமாகத்தான் இருந்தது. எனவே அழகைக் காண்பதில் அவர்களுக்கிருந்த ஆர்வம் குன்றவில்லை.

தெருவில் இவன் செல்லுகிற போதுகளிலே வழக்கமாக நடக்கும் இந்த மறைமுகமான 'தரிசன நாடகத்'தை ஒளவையார் ஒருநாள் பார்த்துவிட்டார். 'பொகுட்டெழினியின் அழகு இளம் பெண்களை என்ன பாடுபடுத்துகிறது?' என்பதை அவரால் புரிந்து கொள்ள முடிந்தது. 'தன் ஆருயிர் நண்பனாகிய அதியமானின் புதல்வன்தான் இந்த அழகன்' என்ற எண்ணத்தினால் அவருக்குப்பெருமிதம் ஏற்பட்டாலும்,மற்றோர் பக்கம் இது பெரிய ஆச்சரியமாகவே தோன்றியது.

'மனித நியதிக்கு மேற்பட்ட அழகு ஆணுக்கோ, பெண்ணுக்கோ இருந்தால் அதன் விளைவு மகா விரலமாக இருக்கும் என்பதை அறிந்தவர் அவர். பொகுட்டெழினிக்கு விரைவில் திருமணம் செய்யுமாறு அதியமானிடம் சொல்லிவிட வேண்டுமென்று எண்ணினார் அவர். எழினி தனக்கு நிகரில்லாத அழகன் மட்டுமின்றிப் பகைவர்கள் தன் பெயரை எண்ணிய மாத்திரத்திலேயே அஞ்சி நடுக்கம் கொள்ளும்படியான நிகரற்ற வீரனும் ஆவான் என்பதை ஒளவையார் நன்கு அறிவாராகையினால் அவனைப்பற்றி அதியமானிடம் கூறும்போது சாமர்த்தியமாகக் கூறவேண்டும் என்று நினைத்துக் கொண்டார்.

இந்தச் சம்பவம் நிகழ்ந்த அன்றைக்கு மாலையிலேயே ஒளவையார் அதியமானைச் சந்திக்க நேர்ந்தது. அவனைக் கண்டதுமே தலைகால் இல்லாமல் மொட்டையாக ஆரம்பித்தார் தம்முடைய பேச்சை!

"அதியா! உன்னிடம் ஒன்று கூறப் போகிறேன். கேட்டால் நீ திடுக்கிட்டுப் போகமாட்டாயே!"

"அது என்னதாயே, அப்படி நீங்கள் கூறப்போகும் திடுக்கிட வைக்கும் செய்தி"

141

"உன் மகன் பொகுட்டெழினிக்கு இந்த உலகத்தில் இரண்டு பெரிய பகைகள் உண்டாகியிருக்கின்றன!"

"என்ன பகைகளா?. யாருக்கு?. என் மகனுக்கா? புதிராக அல்லவா இருக்கிறது!"

அதியமான் உண்மையிலேயே இந்தச் செய்தியைக் கேட்டுத் திடுக்கிட்டுப் போய்விட்டான்.

"உண்மையாகத்தான் சொல்கின்றேன் அப்பா! உன் மகனுக்கு இரண்டு பகைகள் உண்டாகிவிட்டன."

"தாயே! சொல்வதைத் தெளிவாகச் சொல்லுங்கள். என் மனம் பதறுகிறது."

"கேள், அதியா முதல் பகைவர்கள் இந்த ஊரில் இரத வீதிகளிலுள்ள கன்னிப் பெண்கள். இரண்டாவது பகைவர்கள், எழினி படையெடுத்துச் சென்று வெற்றி கொண்டபகைவர்களின் ஊர் மக்கள்"

"நீங்கள் என்ன சொல்லுகிறீர்கள்?"

"ஒன்றும் உனக்குப்புரியாததாக நான் சொல்லவில்லை! இந்த ஊர்க் கன்னிப் பெண்களும் தோற்றுப்போன ஊர் மக்களும் எழினிக்குப் பகைவர்களாய் விட்டார்கள் என்கிறேன்."

"கன்னிப் பெண்களுக்கும் இவனுக்குமா பகை? அது எதனால்?"

"அப்படிக் கேள் அதியா சொல்கிறேன். மலர்ந்த பூக்களால் தொடுக்கப்பட்ட தும்பை மாலையை அழகிய தன் மார்பில் அணிந்துகொண்டு வீதி வழியே தேரேறிச்செல்கிறான் உன் மகன். இவனுடைய பருத்து நீண்ட புயங்களையும் மார்பையும் முகத்தையும் கன்னிப் பெண்கள் சாளரங்களிலும் கதவிடுக்கு. களிலும் நின்று பார்க்கிறார்கள். இவன் அழகைக் கண்டு ஏங்கிக் கண்கள் பசந்து தோள்கள் மெலிய வாடிவருந்துகிறார்கள்.ஏக்கம் நிறைந்த அவர்கள் நெஞ்சம் ஒரு பகை!"

அதியமான் சிரித்துவிட்டான். சிரிப்பை அவனால் அடக்க முடியவில்லை.

"தாயே! என்ன இது? வேடிக்கையா...?"

"வேடிக்கைதான் பொறுமையாக இன்னும் கேள்"

"சொல்லுங்கள்! இன்னொரு பகை?"

"உன் மகன் எழினி படையெடுத்துச் சென்று தோல்விப் பட்டு அழிவுறச் செய்த ஊர்களில், ஆரவாரம் ஒடுங்கித் திருவிழாக்களெல்லாம் நின்று போகின்றன. எழினியின் படைகள் ஆட்டிறைச்சி முதலிய உணவுப் பொருள்களை உண்டு வெற்றியைக் கொண்டாடுகின்றன! அந்த ஊரிலுள்ள குளங்களிலும் நீர்நிலைகளிலும் எழினியின் மதநீர் சொரியும் யானைப்படைகள் தண்ணீர் குடிக்கச் சென்று நீரைக் கலக்கிச் சேறாக்கி விடுகின்றன. மதநீரும் சேறும்கலந்து நீர்தூய்மை இழந்து போகிறது. இதனால் அந்தத் தோற்றஊரின் மக்கள் அங்கு வாழ்வதற்கு அஞ்சி எழினியை வெறுக்கிறார்கள். இந்த வெறுப்பு இவனுக்கு ஏற்பட்ட இரண்டாவது பகை!"

"தாயே! என் மகனின் அழகையும் வீரத்தையும் எவ்வளவு சாமர்த்தியத்தோடு ஒரே இணைப்பாக இணைத்துவிட்டீர்கள்?"

அவன் குரலில் ஆச்சரியமும் நன்றியும் தொனித்தன.

"பாராட்டவில்லை அப்பா இந்தப் பகைகள் இரண்டையும் தீர்ப்பதற்கு நீ முயல வேண்டாமா?"

"எப்படித் தீர்க்க முயலலாம்? நீங்கள்தான் ஏதாவது வழி சொல்லி அருள வேண்டும்."

"நானே சொல்லட்டுமா?"

"நீங்கள்தான் சொல்ல வேண்டும் - சொல்லத் தகுதி உடையவர் நீங்களே, வேறு யாரால் சொல்ல முடியும்?"

"முதல் பகை உள்ளூர்க் கன்னிப் பெண்களின் பகை அதைத் தீர்ப்பதற்கு ஒரே ஒருவழிதான் இருக்கிறது. அது அவ்வளவு கஷ்டமானதும் இல்லை"

"என்ன வழி தாயே!"

"சீக்கிரம் உன் மகனுக்கு ஒரு திருமணம் செய்துவிடு பயிர் வேலிக்குள் அடங்கிவிடும். பாதுகாப்பையும் பெற்றுவிடும்."

"நல்லது இரண்டாவது பகை"

"உனக்குப் பின் உன் மகன் முடிசூடும்போது அது தீர்ந்து போகும் அரசாட்சியில் மக்களின் துன்பங்களை உணர அனுபவமேற்படும். அப்போது தன்னால் தோற்கடிக்கப்பட்ட ஊரானாலும் மக்களுக்கு வருத்தம் நேராது பாதுகாக்கும் கருணையும் தோன்றிவிடும்."

"நன்றாகச் சொன்னீர்கள் வேடிக்கையாகவே இரண்டு பெரும் பிரச்சினைகளையும் தீர்ந்து விட்டீர்களே? சீக்கிரமே இவ்விரு பகைகளையும் தீர்த்துவிடுகிறேன்." அதியமான் சம்மதித்தான். ஒளவையார் மகிழ்ந்தார்.

அலர்பூந் தும்பை அம்பகட்டு மார்பின்
திரண்டுநீடு தடக்கை என்னை இளையோற்கு
இரண்டெழுந்தனவாற் பகையே ஒன்றே
பூப்போல் உண்கண் பசந்துதோள் நுணுகி
நோக்கிய மகளிர்ப் பிணித்தன்று ஒன்றே
விழவின்று ஆயினும் படுபதம் பிழையாது
மையூன் மொசித்த ஒக்கலொடு துறைநீர்க்
கைமான் கொள்ளு மோவென
உறையுள் முனியும்அவன் செல்லும் ஊரே! (புறநானூறு - 96)

பட்டு = அழகிய, என்னை = என் தலைவனாகிய, அதியமான் இன்னயோன் = மகன், உண்கண் = மையுண்ட கண், நுணுகி : மெலிந்து, பிணித்தன்று = ஆசையால் கட்டுப்படுத்தியது. பதம் = சமைக்கும் உணவு மையூன் = ஆட்டிறைச்சி, மொசித்த = உண்ட, ஒக்கல் = சுற்றம், கைமான் = யானை, முனியும் = வெறுக்கும்.

31. கண் திறந்தது!

அரண்மனைக்கு எதிரே திறந்த வெளியில் ஒரு பெரிய யானை துதிக்கையை ஆட்டிக்கொண்டு நின்றது. சுற்றிலும் அரண்மனை வீரர்கள் நின்று கொண்டிருந்தனர். யானையின் அருகே பாகன் கையில் அங்குசத்தோடு நின்றான். பக்கத்திலிருந்த மேடைமேல் அமைச்சர்களுக்கும், மந்திரச் சுற்றத்தினருக்கும் நடுவில் ஓர் இருக்கை மீது சோழ மன்னன் கிள்ளிவளவன் சினத்தோடு வீற்றிருந்தான். புயலுக்கு முந்திய அமைதிபோல் ஓசைக்கு முன்பிருக்கும் ஒடுக்கம்போல் அவன் முகத்தில் வெறி மிக்க செயலைச் செய்வதற்கு முன்னறிவிப்பு போன்ற ஒருவிதக் குருரம் படிந்திருந்தது.

ஏதோ ஒரு சோக நாடகத்தின் மிக உச்சமான சோக கட்டத்தில் அரங்கேறி நிற்கும் பாத்திரங்களைப்போல அங்கிருந்தோர் நின்று கொண்டிருந்தனர். ஒருவர் முகத்திலாவது ஈயாடவில்லை. சாக்காட்டின் அமைதியும் பயங்கரமும் அங்கே குடி கொண்டிருந்தன.

"கொண்டு வாருங்கள் அந்த மடையனின் குழந்தைகளை!"

கிள்ளிவளவன் இடி முழக்கம் போன்ற குரலில் ஏவலர்களுக்குக் கட்டளையிட்டான்.

காவலர்கள் ஓடினார்கள். கால் நாழிகையில் இரண்டு சிறுவர்களை அங்கே இழுத்துக்கொண்டு வந்தனர். சிறுவர் களுக்குப் பத்து வயதுக்குமேல் இராது. அவர்களுடைய தோற்றம் அதாதரவாக விடப்பட்டவர்கள் என்பதைக் கூறியது. எண்ணெய் படியாது பரட்டை யடைந்து கிடந்த தலை கிழிந்தும், அழுக்குப் படிந்தும் பல நாட்களாக மாற்றப்படாமல் உடலிலேயே கிடந்த உடை குழிந்து, கருத்து மிரள மிரளப் பார்க்கும் விழிகள். மெலிந்த உடல்.

முற்றத்தில் யானைக்கு அருகில் கொண்டுவந்து நிறுத்தப் பட்டதும் சிறுவர்கள் யானையைக் கண்டு பயந்து அழத் தொடங்கிவிட்டனர். கண்ணைக் கசக்கிக் கொண்டு அழுதபடியே

திசைக்கொருவராக ஓடினர். பக்கத்திலிருந்த காவலர்கள் அவர்களை
ஓடவிடாமல் மீண்டும் பிடித்துக் கொண்டுவந்து யானைக்குப்
பக்கத்தில் நிறுத்தினர். சிறுவர்களைக் காவலர்கள் ஓடிவிடாமல்
கையில் இறுக்கிப் பிடித்துக்கொண்டு நின்றதால் அவர்கள்
முன்னிலும் பெரிய குரலில் வீறிட்டழுதனர். காவலர்
கைப்பிடிகளிலிருந்து திமிறி ஓட முயன்றனர்.

வெகுநேரம் சிறுவர்கள் எவ்வளவோ கத்தி விறைத்தனர்!
முரண்டினர். காவலர்களிடம் அவர்கள் முயற்சி பலிக்கவில்லை.
கடைசியில் அழுகை நின்றது. அழுகையோடு பயமும் நின்று
விட்டதோ என்னவோ, கண்களைக் கசக்கிக்கொண்டு மெல்ல
விழித்து யானையை ஏறஇறங்கப் பார்த்தனர். மருண்டு மருண்டு
நோக்கிய அந்த இளம் பார்வைகளில் அச்சமும் தயக்கமும்
நிறைந்திருந்தன. கன்னங்கரேலென்று பூதாகாரமாகத் தெரியும்.
அந்தக் கருப்பு மலைபோன்ற மிருகத்தைச் சின்னஞ் சிறுமலர்
விழிகள் நான்கு விழுங்குவதுபோல் அண்ணாந்து பார்க்க முயன்று
கொண்டிருந்தன.

சிறிதுநேரத்தில் முற்றிலும் அழுகையையும் பயத்தையும்
மறந்துவிட்ட சிறுவர்கள் தங்களுக்குள் சிரித்து விளையாடி மழலை
மொழிகளால் யானையைப் பற்றிப் பேசிக் கொள்ளத்
தொடங்கிவிட்டார்கள்.

இந்த மாறுதல் எதனால் ஏற்பட்டது? வேறு வழியில்லை
என்பதனால் ஏற்பட்ட தைரியமா இது? அல்லது இளமையின் புரிய
முடியாத குணஇயல்பா? துன்பத்தை விரைவாக உணர்வது
போலவே விரைவாக மறந்துவிடுவதுதான் குழந்தை இயல்போ?
உண்மையில் அவர்களையும் அந்த யானையையும் எதற்காக
அங்கே நிறுத்தியிருக்கிறார்கள் என்பது மட்டும் அந்தச் சிறுவர்களின்
உள்ளத்திற்குப் புரிந்தால்..?

ஐயோ! சிறுவர்களின் உள்ளங்கள் என்ன பாடுபடும்? தன்
பகைவனாகிய மலையமானின் மக்கள் என்பதற்காக அந்தச்
சிறுவர்களை யானைக் காலில் இட்டுக் கொல்வதற்காக அல்லவா

சிறைப்பிடித்துக் கொண்டு வந்திருக்கிறர்ன் கிள்ளிவளவன்.

இன்னும் சிறிது நேரத்தில் தங்களை மிதித்துக் கொல்லு வதற்காகக் கொண்டுவந்து நிறுத்தப்பட்டிருக்கும் அந்த யானையைப் பற்றிச் சிரித்து விளையாடிக் குழந்தைப் பருவத்துக்கே உரியகோணங்கிகளைச் செய்து ஒருவருக்கொருவர் அழகு காட்டிக் கொண்டிருந்தனர் மலையமான் பெற்றெடுத்த செல்வங்கள்.

அவைகளைப் பார்த்தவர்கள் உருகாமல் இருக்கமுடியாது. அரசியல் பகை காரணமாகத் தனக்கும் மலையமானுக்கும் இடையேயிருந்த குரோதத்தைத் தீர்த்துக் கொள்வதற்காக அவன் மக்களைக் கொன்று தீர்க்க வேண்டும் என்ற குரூரமான ஆசை கிள்ளிவளவனுக்கு எப்படித்தான் உண்டாயிற்றோ? ஏன்தான் உண்டாயிற்றோ? மனிதனுக்கு வயதும் அறிவும் வளர வளர, அந்த அனுபவத்தையும் அறிவையும் கொண்டு தன் துன்பத்தை உணரவும், மற்றவர்களுக்குத் துன்பம் செய்யவும்தான் அவன் பழகிக் கொள்கிறான்! இதை நினைக்கும்போது மனிதர்கள் குழந்தைகளாகவே இருந்துவிட்டால் இந்த உலகம் எவ்வளவு நன்றாக இருக்கும் என்று தோன்றியது.

அங்குள்ள அறிவாளிகளின் மனத்தில் இத்தகைய சிந்தனைகள் தோன்றின. ஆனால் ஒருவருக்காவது கிள்ளி வளவனைத் தடுத்து அறிவுரை கூறும் துணிவு ஏற்படவில்லை. மலையமான் மேலிருக்கும் பகைமைக்காக ஒரு பாவமுமறியாத அவன் மக்களைப் பிடித்துவந்து யானைக்காலில் இடுவது சிறிதும் நியாயமில்லை என்பதை அமைச்சர் முதலிய யாவரும் உணர்ந்திருந்தும் அரசனிடம் எடுத்துக் கூறுவதற்கு அஞ்சினர்.

உரிய நேரம் வந்தது. கிள்ளிவளவன் ஆத்திரத்தோடு காவலர்களுக்குக் கட்டளையிட்டான்.

"உம்ம்ம் ஏன் தாமதிக்கிறீர்கள்? ஆகட்டும். இந்த அற்பக் சிறுவர்களை யானைக் காலில் இட்டு இடறுங்கள்! அந்த மலையமான், பெற்ற பாசத்தால் துடித்துச் சாகட்டும். அதுதான் அவனுக்குச் சரியான பாடம்"

"இல்லை! இல்லை! இது அவனுக்குச் சரியான பாடமில்லை. வளவா! உன்னுடைய கோழைத்தனத்துக்குத்தான் சரியான சான்று."

புருவங்கள் தெரிய நெற்றிச் சுருக்கங்கள் சினத்தின் அளவைக் காட்ட, அனல் கக்கும் விழிகளால் கூட்டத்தை நோக்கினான் கிள்ளிவளவன். அமைச்சர்கள் முதலியவர்களும் திடுக்கிட்டுத் திரும்பிப் பார்த்தனர்.

கூட்டத்தை விலக்கிக்கொண்டு ஒரு மூலையிலிருந்து கோவூர்கிழார் அரசனை நோக்கி வந்தார். துடுக்குத்தனமாக எதிர்த்துப்பேசிய அவரை அரசன் என்ன செய்யப்போகிறானோ என்ற திகில் மற்றவர்கள் மனத்தில் தோன்றியது. வளவன் அமைதியும், ஆத்திரமும் மாறி மாறி நிற்கும் விழிகளால் அவரை ஊடுருவிப் பார்த்தான்.

"வளவா! பாம்பை அடிக்க முடியாமல் தவறவிட்டுவிட்டு, அந்த ஏமாற்றத்தையும் ஆத்திரத்தையும் பாம்புப் புற்றின்மேல் காட்டி அதை உடைக்க முயல்வதுபோல் இருக்கிறது உன் செயல். ஒரு புறாவுக்காகத் தன் உடலையே.அறுத்துக் கொடுக்க முன்வந்த சிபிச் சக்கரவர்த்தியின் மரபிலே தோன்றியவன் அல்லவா நீ? இந்தக் குழந்தைகள் மலையமானின் இரத்தம் ஓடுகிற உடலை உடையவர்கள் என்பதைத் தவிர வேறு என்ன பாவம் செய்தார்கள்? இதோ பார்! நீ யானைக் காலில் இட்டுக் கொல்லப் போகிறாய் என்பதையே உணராமல், சிரித்து விளையாடிக் கொண்டிருக்கிறார்கள்! இவர்களுடைய பச்சிளங் குருதி நீதி நிறைந்த இந்தச் சோழ நாட்டு அரண்மனை முற்றத்தில் படிந்து களங்கத்தை உண்டாக்க வேண்டும் என்றுதான் நீ கருதுகிறாயா? நான் சொல்லிவிட்டேன். உன் விருப்பம்போல் இனி நீ செய்யலாம்."

படிப்படியாகக் கிள்ளிவளவனுடைய முகம் மாறியது. கண்களில் உணர்ச்சி மாறியது. அவன் அந்தக் குழந்தைகளைப் பார்த்தான். குழந்தைகள் அவனைப் பார்த்துச் சிரித்தன. அந்தப் புனிதம் நிறைந்த குழந்தைச் சிரிப்பின் சக்தி அவனையும் சிரிக்கச் செய்துவிட்டது. யானையைக் கொண்டுபோய் விடுமாறு கட்டளை

இட்டான். குழந்தைகளைத் தழுவி உச்சி மோந்தான்.

அறிவு செய்ய முடியாத காரியத்தை அன்பு செய்துவிட்டது. புலவரின் உரையும் குழந்தைகளின் சிரிப்பும் கிள்ளிவளவனின் கண்களைத் திறந்துவிட்டன.

நீயே புறவின்அல்லல் அன்றியும் பிறவும்
இடுக்கண் பலவும் விடுத்தோன் மருகனை
இவரே, புலனுழு துண்மார் புன்கண்அஞ்சித்
தமது பகுத்துண்ணுந் தண்ணிழல் வாழ்நர்
களிறு கண்டமூஉம் அழாஅல் மறந்த
புன்தலைச் சிறாஅர் மன்றுமருண்டு நோக்கி
விருந்திற் புண்கண் நோவுடையர்
கேட்டனை ஆயின் வேட்டது செய்ம்மே! (புறநானூறு - 46)

புறவு = புறா அல்லல்-துன்பம், இடுக்கண் = துன்பம்; மருகன் = மரபினன், புலன் = நிலம்; புன்கண் = துயரம், களிறு = யானை, அழாஅல் = அழுகை, புன்தலை = சிறிய தலை, நோவு = வருத்தம், வேட்டது = விரும்பியது.

32. நினைவின் வழியே

வீடு வெறிச்சோடிக் கிடந்தது. கீரத்தனாருடைய மனமும் அப்படித்தான். சூனியமாய்ப் பாழ்வெளியாய்ச் சிந்தனை இயக்கமிழந்து கிடந்தது. ஒல்லையூருடன் அவருக்கு இருந்த கடைசி உறவும் அறுந்துவிட்டது. அவருக்கு மட்டும் என்ன? தமிழ்க் கலைஞர்களின் உறவே அந்த ஊரிலிருந்து இனி அறுந்து போன மாதிரிதான். திண்ணையில் முடங்கிக் கிடந்த கீரத்தனார் படர்ந்து பூத்திருந்த அந்த முல்லைக் கொடியைப் பார்த்தார். சற்றேனும் வாட்டம் காணாத அதன் வனப்பு மிக்க நிலையையும் பார்த்தார். மங்கிப் போயிருந்த நினைவின் வழியே அந்தப் பழைய சம்பவம் அவருடைய மனக்கண்ணில் மெல்ல தோன்றியது.

சில ஆண்டுகளுக்கு முன் ஒல்லையூர் வள்ளல் பெருஞ் சாத்தன் வீட்டில் நடந்த நிகழ்ச்சி. அன்று வள்ளல் தம்முடைய வீட்டு வாசலில் புதிதாக ஒரு முல்லைக்கொடியின் பதியனைக் கொண்டுவந்து நட்டிருந்தார். முல்லைக்கொடி நடப்படும்போது குடவாயிலிலிருந்து வந்திருந்த புலவர் கீரத்தனாரும் அருகில் இருந்தார்.

"வள்ளலே அழகிய இந்த வீட்டு முன்றிலில் புதிதாக இன்று முல்லைக்கொடி நடுகிறீர்கள்! இதன் நோக்கம் என்ன?"

"பூத்துச் சொரிந்து இந்த வீட்டின் முன்புறத்தை அழகு செய்ய வேண்டும் என்பதற்காகத்தான்! இந்தக் கொடி படர்ந்து சரம் சரமாகப் பூத்தால் இந்த வீடே வாய் திறந்து புன்னகை செய்கிற மாதிரி இருக்குமல்லவா?"

"கண்டவுடன் புன்னகையும் கனிந்த சொற்களும்அளித்துக் கேட்குமுன்னே கொடை கொடுக்கும் நீங்கள் அல்லவா இந்த வீட்டின் அழகு? உங்களைவிடப் பெரிய அழகும் இந்த வீட்டிற்கு வேண்டுமோ?"

"நீங்கள் புலவர். அப்படித்தான் சொல்வீர்கள். என்னை

மறப்பதற்கு இடையிடையே எனக்கு ஏதாவது ஒரு பொழுது போக்கு வேண்டுமே? இந்த முல்லைக்கொடி அதற்குப் பயன்படும் என்று நினைக்கிறேன்."

"வள்ளலே இந்த முல்லையைமட்டுமா நட்டுப்பயிர் செய்து வளர்க்கிறீர்கள்? எத்தனை எத்தனையோ பாணர், புலவர், குடிகளையும் நீங்கள்தானே நட்டுப் பயிர் செய்கிறீர்கள்?"

"புலவரே! என்னுடைய இந்தப் புன்னகை இருக்கிறதே இதற்கு ஒரு நாள் மறைவு உண்டு. இந்த முல்லை ஒவ்வொரு பருவகாலத்திலும் இந்த வீடே சிரிப்பதுபோலச் சிரிக்கப் போகிறது"

"விந்தைதான்! ஆனாலும் உங்கள் புன்னகை பெறுகிற மதிப்பை இது பெற்றுவிட முடியுமா?"

"மதிப்பு என்பதுதான் எதில் இருக்கிறது? என் புன்னகையைக் காலம் மறைக்கிறபோது நீரே ஒரு நாள் இந்த முல்லைக் கொடியின் பூவைப் பார்த்து ஏங்க நேரலாம்!"

"ஒரு நாளும் அப்படி நேராது!"

"நீர் எண்ணுவது தவறு! அப்படி ஒரு நாள் நேரத்தான் போகிறது!"

"பார்க்கலாமே?"

"நன்றாகப் பாரும்! அப்போது நான்தான் உம்முடைய பரிதாபத்தைப் பார்க்க இருக்கமாட்டேன்"

"வள்ளலே இதென்ன பிதற்றல்? என் மனம் புண்படும்படி எதையெதையோ சொல்கிறீர்களே"

"நான் சொல்லவில்லை. காலம் சொல்லும்"

***

நேற்று நடந்ததுபோல்தான் இருக்கிறது. இதயத்தின் உருவெளியில் தோன்றிய அந்த நிகழ்ச்சியைக் கண்ணீர் வடிய ஒருமுறை எண்ணிப்பார்த்துக்கொண்டார் கீரத்தனார். காலத்தின் ஊட்டம் பெற்றுப் பூத்துச் சொரிந்திருந்த அந்த வளமான முல்லைக் கொடி அவரைப்பார்த்து வாய்விட்டுச் சிரிப்பதுபோல் இருந்தது.

முல்லையைத் தோற்கும் கருணைப் புன்னகை புரிந்து கொண்டு அந்த வீட்டில் வாழ்ந்த வள்ளல் காலமாகிவிட்டார். முல்லையின் காலம் நீண்டு கொண்டிருந்தது. புலவர் திண்ணையி லிருந்தபடியே மீண்டும் அதை வெறித்துப் பார்த்தார்.

"ஏ! பாழாய்ப்போன முல்லையே! நீ ஏன் இன்னும் பூத்துத் தொலைக்கிறாய்? யாருக்காகப் பூக்கிறாய் நீ? நீ பூக்க உன்னை அழகு பார்த்தவன் போய்விட்டான். இனி இளையவர்கள் உன்னைச் சூடப் போவதில்லை. வளையணிந்த முன் கைகளால் பெண்கள் பறிக்கப் போவதில்லை. தன் யாழுக்காகப் பாணன் கொய்யமாட்டான். பாடினி அணியமாட்டாள். வள்ளல் பெருஞ்சாத்தன் மாய்ந்தபின் நீ ஏன்தான் பூக்கிறாய்?"

முல்லை புலவருக்குப் பதில் சொல்லவில்லை. புலவரும் முல்லையின் பதிலை எதிர்பார்க்கவில்லை. மேலாடையை உதறிப் போட்டுக் கொண்டு தெருவில் இறங்கி நடந்தார். ஆம்! ஒல்லையூரில் இனி அவருக்கு என்ன வேலை அவரை வரவேற்கும் வள்ளலின் புன்னகை முல்லை இனி அங்கே மலரப் போவதில்லை. வேறு எந்த முல்லை பூத்தால் என்ன? பூக்காவிட்டால் என்ன? அதைப்பற்றி இனி அவருக்குக் கவலை ஏதுமில்லை?

புலவருடைய கேள்விக்காக முல்லை பூக்காமலிருந்து விடவில்லை. நன்றாகப் பூத்தது. சரம் சரமாக, கொத்துக் கொத்தாகப் பூத்தது! ஆனால் யாருக்காக? அதுதான் தெரியவில்லை!

இளையோர் சூடார் வளையோர் கொய்யார்

நல்லியாழ் மருப்பின் மெல்ல வாங்கிப்

பாணன் சூடான் பாடினி அணியாள்

ஆண்மை தோன்ற ஆடவர்க் கடந்த

வல்வேல்சாத்தன் மாய்ந்த பின்றை

முல்லையும் பூத்தியோ ஒல்லையூர் நாட்டே (புறநானூறு- 242)

இளையோர் = ஏவலர்கள், வளையோர் = பெண்கள், பாணன் = பாடுபவன், பாடினி = பாடுபவள் மாய்ந்த = இறந்த பூத்தியோ = பூக்கிறாயோ.

33. சிவந்த விழிகள்

தகடூர் அரண்மனையில் அன்று ஆரவாரம் நிறைந்திருந்தது. திரும்பிய இடமெல்லாம் மகிழ்ச்சியின் அறிகுறிகள் தென்பட்டன. அரண்மனையைச் சேர்ந்த பகுதிகளில் சிறப்பான அலங்காரங்கள் செய்திருந்தார்கள். அங்கங்கே மங்கல வாத்தியங்கள் இன்னிசை முழக்கின.இவ்வளவிலும் கலந்துகொள்ள அரசன் அதியமானோ, அரண்மனையைச் சேர்ந்த ஏனைப் பெரியவர்களோ, அந்தச் சந்தர்ப்பத்தில் தலைநகரத்திலேயே இல்லை.

எல்லோரும் போருக்குச் சென்றிருந்தார்கள். திருக் கோவலூர் அரசன் மலையமான் திருமுடிக்காரியோடு அதியமான் போர் தொடுத்திருந்தான்.போர் என்றால் சாதாரண போர் இல்லை அது அதியமானுடைய ஆற்றலுக்கே ஒரு சோதனையாக அமைந்திருந்த போர் அது!

இந்தப் பயங்கரமான நிலையில், அவன் தலைநகரிலிருந்து வெகுதொலைவில் சென்று போர்க்களத்திலே தங்கியிருக்கும் போது, இங்கே தகடூரில் அவன் அரண்மனை கோலாகலத்தில் மூழ்கியிருக்கிறது என்றால் ஆச்சரியமாக இல்லையா?

ஆனால் அவனுடைய போர்ப் புறப்பாட்டுக்குப் பின் அரண்மனையிலே நிகழ்ந்த ஒரு மங்கல நிகழ்ச்சியைத் தெரிந்து கொண்டால் இதில் ஆச்சரியப்படுவதற்கு ஏதுமில்லை. நடந்திருந்த நிகழ்ச்சி ஆரவாரத்துக்கும் மகிழ்ச்சிக்கும் ஏற்ற மங்கலம் நிறைந்த ஒன்றுதான்.

போருக்காக அதியமான் புறப்பட்டுச் சென்றபோது அவன் மனைவி மகப்பேற்றுக்குரியவளாக இருந்தாள். அவளுக்கு அப்போது நிறைமாதம். அவன்போருக்குச் சென்ற சில நாட்களிலேயே அவள் பொற்சிலை என்று கூறத்தக்க ஆண்மகவு ஒன்றைப் பெற்றாள். அதியனுக்குப் புதல்வன் பிறந்த அந்த மகிழ்ச்சியில்தான் தகடூர் அரண்மனை கண்ணுக்கினிய காட்சிகளாலும், செவிக்கினிய

153

இசையினாலும் நிறைந்திருந்தது. மகன் பிறந்த நல்ல செய்தியைச்
சென்றுரைப்பதற்காக உடனே போர்க் களத்திலிருந்த
அதியமானுக்குத்துதன் அனுப்பப்பட்டிருந்தான்.

மகன் பிறந்தநல்வேளையோ என்னவோ, அதியமானுக்குப்
போரிலும் எதிர்பார்த்ததைவிட விரைவில் வெற்றிகிட்டிவிட்டது.
தன்னால் வெல்லவே முடியாது என்று மலைத்துப் போயிருந்த
திருமுடிக்காரியை மிக எளிதில் வென்றுவிட்டான் அவன்.வெற்றி
மகிழ்ச்சியோடுபோர்க்களத்திலிருந்து தலைநகருக்குப்புறப்படும்
ஏற்பாடுகளைச் செய்து கொண்டிருந்தபோதுதான், புதல்வன்
பிறந்திருக்கிறான்' என்ற களிப்புக்குரிய மங்கலச் செய்தியோடு
தகடூரிலிருந்து தூதன் வந்து சேர்ந்தான்.

செய்தியறிந்ததும் உடனே சென்று புதல்வனைக் காண
வேண்டும் என்ற ஆசையால் போர்க்கோலத்தைக்கூட மாற்றிக்
கொள்ளாமல் அப்படியே புறப்பட்டுவிட்டான் அவன்.
மலையமான்மேல் படையெடுத்து வந்த வேகத்தைவிடப்
புதல்வனைக் காண்பதற்காக அதியமான் சென்ற இந்த வேகம்
அதிகமாக இருந்தது.

அதியமான் தகடூரை அடைந்து அரண்மனைக்குள்
நுழைந்தபோது தமிழ் மூதாட்டி ஒளவையாரும் அங்கே தன்
புதல்வனைக் காண்பதற்காக ஏற்கனவே வந்திருப்பதை அறிந்தான்.
ஒளவையாரும் அவன் வரப்போவதைமுன்பே அறிந்து எதிர்
கொண்டழைத்துக் கொண்டு சென்றார். இருவரும் உரையாடிக்
கொண்டே அரண்மனையில் அந்தப்புரப்பகுதியை அடைந்தனர்.

அந்தப்புரத்தில் பணிப்பெண்கள் அதியமான் குழந்தையைக்
கண்டு செல்ல வரப்போவதை அறிந்து மலர்களால் நன்கு
அலங்கரிக்கப் பெற்ற சிறுதொட்டில் ஒன்றிலே குழந்தையை
எடுத்துவிட்டிருந்தார்கள். சின்னஞ்சிறிய தங்கப்பதுமை போலிருந்த
குழந்தை கைகால்களை உதைத்து அழுது கொண்டிருந்தது.
அதியமான் மெய்யில் கவசமும் கையில் வேலுமாகப்
போர்க்கோலத்துடனேயே தொட்டிலருகிற் சென்று குழந்தையைக்

கண்டான். அவனது முகத்திலும் கைகால்களிலும் மார்பிலேயும் போரில் பட்டிருந்த புண்கள் தெரிந்தன. ஆனால், அந்த நிலையிலேயும் புதல்வனைக் கண்ட மகிழ்ச்சி அவன் முகத்தில் நிலவியது. குழந்தையின் பட்டுமேனியையும் பிஞ்சுக் கைகால்களையும் மலர்ந்த முகத்தோடு சிவந்த தன் கண்களில் ஆவல் திகழப் பார்த்தான் அவன். ஔவையாரும் பக்கத்திலே நின்றுகொண்டிருந்தார். குழந்தை முன்போலவே கைகால்களை ஆட்டி உதைத்துஅழுது கொண்டுதான் இருந்தது. கீச்சுக் குரலில் கத்தி விறைத்தது: "அது ஏன் அப்படி அழுது விறைக்கிறது:" என்று அதியமானுக்குப் புரியவில்லை. அவன் தன்க்குப் புரியாத அந்தச் சந்தேகத்தை நிவர்த்திசெய்துகொள்ளும் நோக்கத்துடன் ஔவையாரைப் பார்த்தான்.

சரியாக அதே சமயத்தில் ஔவையாரும் அவனைப் பார்த்துச்சிரித்துக்கொண்டே கேட்டார், "அதியா குழந்தை ஏன் கால்களை உதைத்துக்கொண்டு அழுகிறது என்பதை நீ தெரிந்து கொண்டாயா?"

"இல்லையே! அது எனக்குத் தெரியாததனால்தான் நீங்களே சொல்லிவிடுவீர்கள் என்று எதிர்பார்த்தேன்."

"சொல்கிறேன் கேள்! ஆனால் நான் சொல்லத் தொடங்குவதற்கு முன் குழந்தையைக் காண்பதற்காக நீ எத்தகைய தோற்றத்தோடு வந்திருக்கிறாய் என்பதை நீயே ஒருமுறை பார்த்துக் கொள்!உன் கையிலே இரத்தக்கறை படிந்த கூரிய வேல். கால்களிலே போரில் வெற்றிக்கு அறிகுறியாகப் புனைந்த வீரக்கழல்கள். உடம்பெல்லாம் வியர்வை வடிகிறது: மார்பிலே, ஆறாத பசும் புண்கள் இரணமாகக் காட்சியளிக்கின்றன. புலியோடு போர் செய்து அதைக் கொன்றுவிட்டு வந்திருக்கும் வலிமை நிறைந்த யானையைப் போலத் தோன்றுகிறாய் நீ! மலையமான் திருமுடிக்காரியின் மேல் உனக்கேற்பட்ட சினம், அவனை வென்று வாகை சூடிவிட்டு வந்திருக்கும் இப்போதும் ஆறவில்லை போலும் உன் கண்க்ளில் ஆத்திரத்தினாலும் பகைவர்களோடு போர்

செய்துவிட்டு வந்ததினாலும் ஏற்பட்ட சிவப்பு இன்னும்
நீங்கவேயில்லை. போரில் சிவந்த விழிகள் புதல்வனைக்
கண்டபின்னும் தமது இயல்பான நிறத்தை அடையவில்லையே!"

"குழந்தை ஏன் கால்களை உதைத்துக்கொண்டு அழுகிறது
என்று கேட்டால், நீங்கள் எதையெதையோ கூறுகிறீர்களே?"

"பொறு அதியா என் விடை பொருத்தமானதா, இல்லையா
என்று நான் கூறப்போவனவற்றை முழுமையாகக் கேட்டுவிட்டு
அதன்பின் சொல்."

"சரி சொல்லுங்கள் தாயே, கேட்கிறேன்."

"மாபெரும் வீரனாகிய உனக்குப் பிறந்த மகன் வீரத்திலோ,
ஆண்மையிலோ உன்னைவிடத் தாழ்ந்தவனாகவா இருப்பான்...? நீ
போர்க் கோலத்தோடு வந்திருப்பதைக் கண்ட உன் மகன் எதற்காக
அழுகின்றான் தெரியுமா?"

"எதற்காக அழுகின்றான்?"

"தானும் இப்போதே போருக்குப் புறப்பட வேண்டும்.
உன்னைப்போல் வேல் ஏந்தி வீரக்கழல்களை அணிய வேண்டும்
என்று பிடிவாதம் பிடிக்கிறான் உன் மகன். கொண்டு வாருங்கள்
வேலை என்றுதான் அவன் அழுது கால்களை உதைக்கிறான்!"
ஒளவையார் சிரித்துக்கொண்டே இவ்வாறு அதியமானிடம்
கூறினார்.

"என்ன? வேடிக்கையாகக் கற்பனை செய்தல்லவா
கூறுகிறீர்கள்?"

"இல்லை. உண்மைதன் அதியா சந்தேகமாக இருந்தால்
இதோ பாரேன்" என்று கூறிக்கொண்டே அவன் கையிலிருந்த
வேலை வாங்கிக் குழந்தையின் முகத்தருகே காட்டினார்
ஒளவையார் என்ன அதிசயம் குழந்தை அழுவதை நிறுத்திவிட்டு
வேலையே பார்த்தது. அதியமான் வியந்து ஒளவையாரையும்
குழந்தையையும் மாறி மாறிப் பார்த்தான்.

கையது வேலே காலன புனைகழல்
மெய்யது வியரே மிடற்றது பசும்புண்

வட்கர் போகிய வளரிளம் போந்தை
உச்சிக் கொண்ட ஊசி வெண்டோட்டு
வெட்சி மாமலர் வேங்கையொடு விரைஇச்
கரியிரும் பித்தை பொலியச் சூடி
வரிவயம் பொருத வயக்களிறு போல
இன்னு மாறாது சினனே யன்னோ
வுய்ந்தனரல்லரிவ னுடற்றி யோரே
செறுவர் நோக்கிய கண்டன்
சிறுவனை நோக்கியுஞ் சிவப்பா னாவே (புறநானூறு -100)

மெய்-உடல், வியர்= வியர்வை, மிடறு = கழுத்து, போந்தை=
பனை, வேங்கை = வேங்கைப் பூ, பித்தை = தலைமயிர், வயம் = புலி,
களிறு = யானை, சினன் = கோபம், உடற்றியோர் = பகைத்துப்
போரிட்டோர், செறுவர்= பகைவர்.

34. முன்னோர் தவறு

ஒருசமயம் பெருந்தலைச் சாத்தனார் என்ற புலவர், கடையேழு வள்ளல்களின் மரபினராகிய சிற்றரசர்கள் இருவரைச் சந்திக்க நேர்ந்தது. அந்தச் சிற்றரசர்களில் ஒருவனின் பெயர் இளவிச்சிக்கோ, மற்றொருவன் பெயர் இளங்கண்டீரக்கோ முன்னவன் சற்றே வயது முதிர்ந்தவன். பின்னவன் பருவத்தில் மிக இளைஞன். புலவருடைய முதுமையை வைத்துக் கொண்டு பார்த்தாலோ இருவருமே அவரது நோக்கிற்கு இளைஞர்கள்தாம்.

அவர்கள் இருவரையும் புலவர் நன்கு அறிவார். புலவரையும் அவர்களுக்கு நன்றாகத் தெரியும். இரண்டு சிற்றரசர்களையும் சந்தித்தபோது இளங்கண்டீரக்கோவை மட்டும் வணங்கி அன்போடு தழுவிக்கொண்ட பெருந்தலைச்சாத்தனார், இளவிச்சிக்கோ நின்று கொண்டிருந்த பக்கம் திரும்பிக்கூடப் பார்க்கவில்லை. அவனைத் தம் கண்களால் நோக்குவதற்கே விருப்பமில்லாதவர் போலக் காணப்பட்டார் அவர்.

புலவர் தன்னைக் கவனிக்காது பாராமுகமாக இருப்பதைக் கண்டுகொண்ட இளவிச்சிக்கோ, தானாகவே வலுவில் அவருக்கு முன்வந்து நின்று, "புலவர் பெருமானே! தங்கள் அன்பன் இளவிச்சிக்கோ வணங்குகிறேன்" என்று கூறி அவரை வணங்கினான். ஆனால் இளவிச்சிக்கோவின் சொற்களைக் கேட்டும் அவன் தம்மை வணங்குவதை ஒரு பொருட்டாக மதிக்காமலே தலைகுனிந்து வீற்றிருந்து விட்டார் புலவர்.

'ஒருகால் தான் கூறியதும் வணங்கியதும் புலவர் செவிகளில் விழாமல் இருந்திருக்கலாம்! தற்செயலாக அவர் தலைகுனிந்து கொண்டு விட்டார் போலும் என்று எண்ணிய இளவிச்சிக்கோ, இரைந்த குரலில், "ஐயா, தங்களைத்தான்! அடியேன் இளவிச்சிக்கோ வணங்குகின்றேன். ஆசீர்வதியுங்கள்" என்று மீண்டும் அவர் கால்களில் நெடுஞ்சாண் கிடையாக விழுந்து

பாதங்களைப் பற்றினான். ஆனால் புலவரோ, தீயை மிதித்து விட்டவர்போல நடுங்கித் தம் காலை அவன் கைகளிலிருந்து உதறிக்கொண்டு முகத்தில் வெறுப்பின் சாயை அழுத்தமாகப் படர ஒதுங்கி நின்று கொண்டார். அவர் வேண்டுமென்றே தன்னை அவமதிக்கின்றார் என்ற செய்தி இளவிச்சிக்கோவுக்கு அப்போதுதான் தெளிவாகப் புரிந்தது. இளவிச்சிக்கோ திடுக்கிட் டான்.அந்த ஒரே ஒரு கணத்தில் ஆத்திரம், ஏமாற்றம், அவமதிப்பு, அத்தனை உணர்ச்சிகளும் மின்னல் வேகத்தில் அவன் மனத்தைத் தாக்கின. உள்ளம் புலவர்மேல் சீறியது. உடலோ, அவமானம் தாங்கமுடியாமல் கூசிக் குறுகியது.

அருகிலிருந்த இளங்கண்டீரக்கோவுக்கும் புலவருடைய இந்தச் செயல் புதிர்போலவே இருந்து வந்தது. அவர் ஏன் இளவிச்சிக்கோவினிடம் இவ்வளவு கடுமையாக நடந்து கொள் கிறார் என்பதை விளங்கிக்கொள்ள முடியாமல் அவன் திகைத்தான். "தான் வணங்கியதை மட்டும் ஏற்றுக்கொண்டு பதில் வணக்கம் செலுத்தி அன்போடு தழுவிக் கொண்டாரே! அவ்வாறிருக்க விச்சிக்கோவை வெறுப்பதன் காரணம்? . இளங்கண்டீரக்கோவின் சந்தேகம் வலுவடைந்தது.

அவன் துணிவை வரவழைத்துக் கொண்டு புலவரையே நேருக்கு நேர் கேட்டுவிட்டான்.

"ஐயா! நானும் இளவிச்சிக்கோவும் ஒரே தகுதி யுடையவர்கள்தாம். தாங்கள் என்னை மட்டும் வரவேற்று அன்போது தழுவிக் கொண்டிர்கள். அவனை ஏறெடுத்துப் பார்க்கக்கூட மாட்டேன் என்கிறீர்கள் இதன் காரணம் எனக்கு விளங்கவில்லையே?"

தான் கேட்கவேண்டிய வினாவையே தன் சார்பில் கண்டீரக்கோ கேட்டுவிட்டதனால் புலவர் கூறப்போகும் பதிலை ஏக்கத்தோடு எதிர்பார்த்துக் கொண்டு நின்றான் விச்சிக்கோ

"நான் இவனை வெறுப்பதற்குத்தகுந்த காரணம் இருக்கிறது. கண்டீரக்கோ! அது சாதாரணமாக நர்லைந்து வார்த்தைகளில்

சொல்லி முடித்துவிடக்கூடிய காரணமில்லை. அதனுள் ஒரு பெரிய சோகக் கதையே அடங்கியிருக்கிறது." புலவர் பெருந்தலைச் சாத்தனார் இவ்வாறு கூறவும்,

"பெருந்தகையீர்! அந்தச் சோகைக் கதையைத் தாங்களே சிரமத்தைப் பாராமல் தெரிவித்துவிட்டால் உண்மையை நாங்கள் புரிந்து கொள்வோம்" என்று மேலும் தூண்டினான் கண்டிரக்கோ.

"கதையைச் சொல்கிறேன் கேள், கண்டிரக்கோ! உன் நண்பனையும் கேட்கச்சொல்.நான் ஏன் உன்னுடைய நண்பனின் வணக்கத்தையும் வரவேற்பையும் ஏற்றுக் கொள்ளவில்லை என்று கதை மூலம் உன் நண்பனும் தெரிந்து கொள்ளட்டும்."

"சரி இருவருமே கேட்டுத் தெரிந்து கொள்ளுகிறோம். நீங்கள் கதையைக் கூறுங்கள்"

"இந்த இளவிச்சிக்கோவின் முன்னோர்களில் நன்னன் என்று ஒர் அரசன் இருந்தான். சிறந்த கொடைப் பண்பும் வீரமும் உடையவனாயினும் முன்கோபமுடையவன். எதையும் சிந்தித்து ஆராய்ந்து செய்யாமல் திடீரென்று செய்துவிடுவான்.தான் தவறு செய்யும்போது தானாக உணர்ந்தோ, பிறர் கூறுவதைக் கேட்டோ தன்னைத் திருத்திக் கொள்ளுகின்ற குணம் அவனிடம் இல்லை. இதனால்தான் வாழ்க்கையில் எந்த அரசருமே செய்யத் துணியாத 'பெரும் பாதகம்' ஒன்றைச் செய்து எல்லோராலும் தூற்றப் பட்டான் அந்த நன்னன்.

அவனுடைய தலை நகரத்தின் எல்லையிலே ஆற்றோரத்தில் நகரின் காவல் மரம் அமைந்திருந்தது. அது ஒரு நல்ல மாமரம். அந்த மாமரத்தில் காய்க்கும் காய்களையோ, கனிகளையோ எவரும் தீண்டவே கூடாது. காவல் மரம் என்றால் அது அரசனைப் போலவே எண்ணி மரியாதை செலுத்துவதற்குரிய ஒரு புனிதமான பொருள் அல்லவா? அதுவும் நன்னன் தன் காவல் மரத்துக்கு மற்ற அரசர்கள் இயற்கையாகச் செய்யும் கட்டுப்பாடுகளைவிட அதிகமாகவே கட்டுப்பாடுகள் செய்திருந்தான்.

ஒரு நல்ல கோடை காலத்தில் அந்த மாமரம் கொத்துக்

கொத்தாகக் காய்ந்திருந்தது. வளமான காய்கள் மரம் எங்கனும்
நிறைந்து குலுங்கின. காணக் கவின் மிகுந்து காட்சியளித்தது
மாமரம். அருகிலுள்ள ஆற்றில் குளிர்ந்த நீர் சலசலவென்று ஓடிக்
கொண்டிருந்தது. ஆற்று நீரையும் மாமரத்தையும் ஒருங்கு கண்டவர்
எவராயினும் அவருக்கு நாவில் நீர் ஊறாமல் இராது. ஆனால்
கட்டுப்பாட்டை எண்ணித்தம்மை அடக்கிக்கொண்டு
சென்றுவிடுவார்கள்.

      ஒரு சமயம் வெளியூரிலிருந்து வந்த இளங்கன்னிப் பெண்
ஒருத்தி இந்த மாமரத்தின் அருகில் ஓடும் ஆற்றிற்கு நீராடச்
சென்றிருக்கிறாள் பாவம்! அவள் ஓர் ஏழைப் பெண். வயிறு
உணவைக் கண்டு இரண்டு நாட்கள் ஆகியிருந்தன. நீராடிக்
கொண்டிருந்த பொழுது அருகிலிருந்த மாமரத்திலிருந்து கனிந்து
முற்றிய காய் ஒன்று 'தொபுக்'கென்று தண்ணீரில் விழுந்து
அவளருகே மிதந்து வந்தது. தமிழ்க் கவிதைகளை நன்றாகப் படித்த
பெண்தான் அவள். ஆனால் அருகேயிருப்பது காவல்மரம் என்பதும்
அதிலிருந்து விழுந்த காய்களை எப்போதும் எவரும் எந்த
நிலையிலும் உண்ணக்கூடாது என்பதும் அறியாதவள். எனவே பசி
மிகுதியால் தண்ணிரில் மிதந்து வந்த முதிர்காயை எடுத்துத்
தின்னத் தொடங்கினாள். காவல் மரத்திலே இருந்த காவலன்
ஒருவன் இதைப் பார்த்துவிட்டான்.அவள் ஏதுமறியாத பேதைப்
பெண் என்பதையும் பாராமல் அரசன் முன்னிலையில், நீராடிக்
கொண்டிருந்தவளை அப்படியே கொண்டு போய் நிறுத்திவிட்டான்
காவலன். அப்போது அருகிலிருந்த புலவர் பெருமக்களும்,
பெரியோர்களும் "இவள் அறியாப் பெண்! கன்னிகை
வேண்டுமென்றே இவள் குற்றம் செய்யவில்லை. இவளைத்
தண்டிக்கக்கூடாது" என்று அரசனிடம் மன்றாடினர். 'பெண் கொலை
பெரும் பாவம்' என்று அறவோர்கள் பலமுறையும் எடுத்துக் கூறினர்.
தான் வேற்றூராள் என்றும், அது காவல் மரத்தின் காய் எனத்
தனக்குத் தெரியாதென்றும் அந்த இளம் பெண்ணும் கண்ணீர் சிந்திக்
கதறினாள். ஆனால் பிடிவாதமும் முன்கோபமும் மிக்கவனான

நன்னன், யார் சொல்லியதையும் கேட்காமல் வஞ்சிக்கொடி
போலிருந்த அந்த அழகிய இளம் பெண்ணைக்
கொலைக்களத்திற்குக் கொண்டு போய்க் கொன்றுவிட்டான்.
அன்றிலிருந்து அவனையும் அவன் வம்சத்தினரையும் பெண்
கொலை புரிந்த பாவத்திற்காகப் புலவர்களும், அறவோர்களும்
ஏறெடுத்துப் பார்ப்பதும் இல்லை.உன் நண்பன் இளவிச்சிக்கோ அந்த
நன்னனுடைய மரபிலே தோன்றியவனாகையால் நான் அவனை
வணங்கி வரவேற்கவில்லை. காரணம் இதுதான்" புலவர்
கூறிமுடித்தார். கண்டீரக்கோ பெருமூச்சு விட்டான். விச்சிக்கோ
உட்கார்ந்திருந்த இடத்தைப் பார்த்தான், அது காலியாக இருந்தது!

பண்டும் பண்டும் பாடுநருவப்ப
விண்டோய் சிமைய விரல்வரைக் கவாஅற்
கிழவன் சேட்புலம் படரி னிழை யணிந்து
புன்றலை மடப்பிடி பரிசி லாகப்
பெண்டிருந் தம்பதங் கொடுக்கும் வண்புகழ்க்
கண்டீரக்கோ னாகலி னன்று
முயங்க லான்றிசின் யானே பொலந்தேர்
நன்னன் மருகனன்றியு நீயு
முயங்கற் கொத்தனை மன்னே வயங்குமொழிப்
பாடுநர்க் கடைத்த கதவி னாடுமழை
யணங்குசா லடுக்கம் பொழியுநும்
மணங்கமழ் மால்வரை வரைந்தன ரெமரே (புறநானூறு - 151)

பண்டு = முன்பு, சிமைய = உச்சி, வரை = மலை, இழை =
ஆபரணம், பிடி=பெண் யானை, தம்பதம் = தம் தரமறிந்து, முயங்கல்
=தழுவிக் கொள்ளுதல், மருதன்=மரபில் வந்தவன், அடுக்கம் = மலை,
மணங்கமழ் = மணம் வீசும், வரைந்தனர் = நீக்கினர்.

35. வீரப் புலியும் வெறும் புலியும்

இருங்கோவேள் பெரிய வேட்டைக்காரன். வில்லும் கையுமாகக் காட்டுக்குள் நுழைந்துவிட்டான் என்றால் மிருகங்கள் அவனுக்குப் பயந்து ஓடவேண்டுமே ஒழிய அவன் எந்த மிருகத்துக்கும் பயப்படமாட்டான். அவன் ஒரு சிற்றரசன்தான். ஆனால், அவனுடைய வேட்டையாடும் திறமை பேரரசர்களிடமெல்லாம் பரவியிருந்தது.

வழக்கம்போல அன்றும் வேட்டையாடுவதற்காகக் காட்டுக்குப்போயிருந்தான் அவன்.முதன் முதலாகப் பார்வையில் சிக்கியது ஒரு முள்ளம் பன்றி. இருங்கோவேள் வில்லும் கையுமாகத் தன்னை நெருங்குவதை அது பார்த்துவிட்டது. உடனே உடலெங்கும் ஈட்டி முளைத்தாற்போலக் கூரிய மயிர்களைச் சிலிர்த்துக்கொண்டு ஓடத் தொடங்கிவிட்டது. இருங்கோவேள் அதை அப்படியே விட்டுவிட வில்லை. துரத்தினான். பன்றி மனம் போன போக்கில் காற்றினும் கடுகிச் சென்றது. மேடு, பள்ளம், புதர், நீரோடை, எல்லாம் கடந்து ஓடியது. அவனும் விடாமல் துரத்திக் கொண்டு ஓடினான்.

பன்றி ஓடுவதற்கு அலுக்கவில்லை. இளைக்காமல், சளைக் காமல் ஓடிக் கொண்டிருந்தது. இருங்கோவேள் துரத்துவதற்கே அலுக்கவில்லை. இளைக்காமல், சளைக்காமல் துரத்திக் கொண்டிருந்தான்.

ஓடிக் கொண்டிருந்த பன்றி ஒரு முனிவருடைய ஆசிரமத்துக்குப் பக்கத்திலிருந்த புதரில் போய்ப் பதுங்கியது. பன்றியைப் புதரிலிருந்து கலைத்து வெளியேற்றி வேட்டை யாடுவதற்கு முன்னால் வேறொரு பயங்கரக் காட்சியைத் தன் கண்களுக்கு முன்னால் அவன் கண்டான். மிக அருகில் தெரிந்த அந்தக் கோரமான காட்சி அவன் உடலிலுள்ள மயிர்க்கால்களை எல்லாம் குத்திட்டு நிற்கச் செய்தது, வில்லைத் தோளிலிருந்து

எடுத்து எய்யலாம் என்றால் கை எழவே மாட்டேனென்றது.

ஆசிரம வாயிலில் மரத்தடியில் ஒரு முனிவர் தவம் செய்து கொண்டிருந்தார். மோனத்தில் ஆழ்ந்து தியானம் செய்து கொண்டிருந்த அவர்மேல் பெரிய புலி ஒன்று பதுங்கிப்பதுங்கிப் பாயத் தயாராகிக் கொண்டிருந்தது. முனிவரோ கண்களைத் திறக்கவே இல்லை. தன்னை மறந்த இலயிப்பில் புலன் உணர்வுகளை ஒடுக்கி அமர்ந்திருக்கும் அவருக்குப் புலி தம் மேல் பாயத் தயாராகிக் கொண்டிருப்பது எங்கே தெரியப் போகிறது?

இருங்கோவேள் இன்னும் சில விநாடிகள் தாமதித்தால் ஒரு பாவமுமறியாத முனிவர் அந்தப் புலிக்கு இரையாகிச் சாக நேரிடும். புலி நிச்சயமாக அவரை உயிரோடு விடப்போவதில்லை.

அவன் மனத்தில் இரக்கம் சுரந்தது. அவ்வளவு நேரம் அரும்பாடு பட்டுத் தான் துரத்தி வந்த முள்ளம் பன்றியை அவன் மறந்தான். தன்னிடம் வில்லையும் அம்பையும் தவிரப் புலியைத் தாக்குவதற்கு வேறு ஆயுதங்கள் இல்லை என்பதையும் மறந்தான். புலியின் கவனத்தை முனிவரிடமிருந்து நீக்கித் தன் பக்கம் திருப்பக் கருதி வில்லை வளைத்து அதன்மேல் ஒரு அம்பைத் தொடுத்தான்.

புலியின் கவனம் அவன் பக்கம் திரும்பியது. உடலில் வலி பொறுக்க முடியாமல் காடு கிடுகிடுக்கும்படி ஓர் உறுமல் உறுமிக் கொண்டு அந்தப் புதிய எதிரியின்மேல் பாய்ந்தது புவி! பயங்கரமான அந்த ஒலியில் முனிவருடைய தியானம் கலைந்து அவர் விழித்துக் கொண்டார் எதிரே நிகழ்வதைக் கண்டார். நிகழ்ந்ததை அனுமானித்துக் கொண்டார்.

புலி பாய்ந்து முன் கால்களின் கூரிய நகங்களால் அடித்து மோதிய வேகத்தில் அவன் கையிலிருந்த வில்லும் தோளிலிருந்த அம்புக் கூடும் மூலைக்கு ஒன்றாகச் சிதறி விழுந்தன.

நிராயுதபாணியான அவன் மார்பை நோக்கிப் புவியின் கூரிய நகங்கள் நெருங்கிக்கொண்டிருந்தன. கோரமான கடைவாய்ப் பற்கள் தெரிய ஆ என்று வாயைப் பிளந்துகொண்டு உறுமியது அது.

இருங்கோவேள் பயப்படவில்லை. அது பாய்ந்த வேகத்தில்

அதன்பின்னங்கால்கள் இரண்டையும், இருகைகளாலும் குனிந்து இறுக்கிப்பிடித்துக் கொண்டான். தன் உடலிலிருந்த வலிமையை எல்லாம் ஒன்றுகூட்டி அப்படியே அதன் உடலைத் தலைக்குமேல் அந்தரத்தில் தூக்கினான். வேகமாகச் சுழற்றித் தரையில் ஓங்கி ஓர் அடி அடித்தான். அடிபட்ட புலி மீண்டும் சீறிக்கொண்டு பாய்ந்தது. அம்புக் கூட்டிலிருந்து சிதறிய அம்புகளில் இரண்டைக் கையில் எடுத்துக்கொண்டு அது தன்மேல் பாய்ந்த வேகத்தில் அதன் நெஞ்சில் ஊடுருவும்படியாகக் குத்தினான். மறுபடியும் தரையில் ஓங்கி ஓர் அடி புலி ஈனஸ்வரத்தில் அலறிக்கொண்டே தரையில் விழுந்தது. சிறிதுநேரத்தில் துடிதுடித்துச் செத்தும் போயிற்று.

முனிவர் ஆவலோடு எழுந்திருந்து ஓடிவந்து அவனைத் தழுவிக் கொண்டார். பாராட்டி நன்றி செலுத்தினார். அவன் வீரத்தை வாய் ஓயாமல் புகழ்ந்தார். அவர் பெயர் தபங்க முனிவர்" என்பதென்றும் அந்த வனத்தில் வெகு நாட்களாகத் தவம் செய்து கொண்டு வருகிறாரென்றும் இருங்கோவேள் அறிந்து கொண்டான். தன்னைப் பற்றியும் அவருக்குக் கூறினான்.

"இருங்கோவேள்! இந்த வீரச் செயலின் நினைவுச் சின்னமாக உனக்கு ஒரு சிறப்புப் பெயர் தருகிறேன். அன்புடன் மறுக்காமல் ஏற்றுக்கொள்..."

"தங்கள் திருவாயால் சிறப்புப் பெயர் பெற என் நல்வினை இடங்கொடுத்தால் அது எனக்குப் பெரும்பாக்கியம் முனிவரே"

"புலிகடிமால் - என்ற சிறப்புப் பெயரை என் நன்றிக்கு அறிகுறியாக உனக்குச் சூட்டுகிறேன்."

"முனிவரே! என் வீரத்தைப் பாராட்டுகிறீர்களே ஒழிய, என்னோடு சாமர்த்தியமாகப் போரிட்ட புலியின் வீரத்தைப் பாராட்ட மாட்டேன் என்கிறீர்களே"

"அப்பா இருங்கோவேள்! அது வெறும் புலிதான். நீயோ வீரப் புலி".

இருங்கோவேள் முனிவரை வணங்கினான். முனிவர் அவனுக்கு ஆசி கூறி விடைகொடுத்தார்.

வடபால் முனிவன் தடவினுள் தோன்றிச்
செம்புபுனைந் தியற்றிய சேண்நெடும் புரிசை
உவரா ஈகைத் துவரை யாண்டு
நாற்பத் தொன்பது வழிமுறை வந்த
வேளிருள் வேளே விறற்போரண்ணல்!' (புறநானூறு - 201)

தடவு=யாக, குண்டம், புரிசை = மதில், துவரை = துவராபதி,
வேளிர் = சிற்றரசர்.

இவ்வரிகளின் உரையால் இக்கதை தெரிகிறது.

36. பண்ணன் வாழ்க!

சிறுகுடியின் பெரிய வீதி ஒன்றில் ஒரமாக ஒதுங்கி நின்று கொண்டு அந்த வியக்கத்தக்க காட்சியைப் பார்த்துக் கொண்டிருந்தான் கிள்ளிவளவன். மழைக் காலத்தில் சிறிய முட்டைகளை எடுத்துக்கொண்டு சாரிசாரியாகக் கூட்டிற்குச் செல்லும் எறும்புகளைப்போல அந்தப் பெரிய மாளிகைக்குள் ஏழை மக்கள் வந்து போய்க் கொண்டிருந்தனர். சோறு நிறைந்த பாத்திரங்களைத் தாங்கி மகிழ்ச்சி நிறைந்த மனத்தோடு செல்லும் அவர்களைப் பார்த்தால் இப்படி அவர்களுக்கு அன்னதானம் செய்து அனுப்பும் அந்தக் கொடைவள்ளல் யார் என்று எண்ணிப் பார்க்கத் தோன்றும்.

பழுத்த மரத்தில் கூடும் பறவைகளின் கூட்டத்தைப் போல உண்டு செல்பவர்களும்,உண்டு கொண்டிருப்பவர்களும் உண்ண வருபவர்களுமாக ஒரே ஆரவார ஒலிகள் நிறைந்து விளங்கியது.

கிள்ளிவளவனுக்கு ஒர் ஆசை உண்டாயிற்று. அங்கிருந்த மக்களிடம் அந்த மாளிக்கைக்குரியவரின் பெயர் என்னவென்று கேட்டான். 'பண்ணன் என்று மறுமொழி கிடைத்தது. வளவன் அரசன். ஆனால் அப்போது அந்தத் தெருவோரத்தில் சாதாரண உடையில் யாரோ வழிபோக்கன் மாதிரி நின்று கொண்டிருந்தான். பசிப் பிணிக்கு வைத்தியம் செய்யும் அந்த வள்ளலை அரசன் என்ற முறையில் காண்பதைவிட அவனிடம் சோறு பெறச் செல்லும் சாதாரண மனிதர்களுள் ஒருவனாகச் சென்று கண்டு வாழ்த்திவிட்டு வர வேண்டும் என்ற எண்ணம் வளவனுக்கு உண்டாயிற்று.

உடனே அருகிலிருந்த ஒரு பாணனிடம் யாழை இரவல் வாங்கிக் கொண்டான். ஒன்றும் தெரியாதவனைப்போல எதிரே வந்தவர்களிடம் எல்லாம்"ஐயா! இங்குப்பசி நோய்க்கு வைத்தியம் செய்யும் பண்ணன் என்பவர் வசிக்கிறாராமே? அவருடைய விடு பக்கத்தில் இருக்கிறதா? தொலைவில் இருக்கின்றதா?" என்றுவழி

கேட்டுக்கொண்டே போய் அந்த மாளிகைக்குள் நுழைந்தான். யாழ் வாசிக்கும் பாணன் ஒருவன் யாசிக்கச் செல்வதுபோல் நடித்துக் கொண்டு குனிந்த தலையோடு போவது அந்த மன்னாதி மன்னனுக்குத் துன்பமாகத்தான் இருந்தது. ஆனால் பண்ணனைக் கண்டு வாழ்த்தும்போது அவனைவிடத் தாழ்ந்த நிலையிலிருந்தே வாழ்த்திவிட்டுத் தான் இன்னார் என்று தெரியாமல் வந்துவிட வேண்டுமென்பதுதான் வளவனுடைய திட்டம்.

கையில் இரவல் வாங்கிய யாழ், மெய்யில் யாசகனைப் போன்ற குழைவு. இயற்கையான கம்பீரத்தை மறைத்துக் கொண்டு வலிய உண்டாக்கிக் கொண்ட பணிவு. வளவன் வயிறு வளர்க்கும் பாணனாகப் பண்ணன் முன்னால் போய் நின்றான். "வாருங்கள்! வாருங்கள்! பாணரே! உங்களுக்கு என்ன வேண்டும்? எது வேண்டுமானாலும் சொல்லுங்கள். உடனே மறுக்காமல் தருகிறேன்." பண்ணன் மலர்ந்த முகத்துடன் வரவேற்றான்.

பாணனாக நின்று கொண்டிருந்த கிள்ளிவளவன் தெய்வ பிம்பத்தைப் பயபக்தியோடு தரிசனம் செய்வதைப் போல இமையாமல் பண்ணனையே பார்த்தான். கை கூப்பி வணங்கினான். கண்களில் கண்ணீர் மல்கியது.

"பண்ணா! நீ கொடுத்துக் கொடுத்து உயர்ந்தவன்.உன்னிடம் நான் வாங்க வரவில்லை. கொடுக்க வந்திருக்கிறேன்."

"எதை கொடுக்கப் போகிறீர்கள்?" "என்னுடைய வாழ்நாளில் எஞ்சியவற்றை எல்லாம் உனக்கு அளிக்க முடியுமானால் தயங்காமல் அளித்து விடுவேன்."

"ஏன் அப்படி? வாழ்வில் வெறுப்பா?"

"இல்லை! நான் வாழ்கிற நாட்களையும் சேர்த்துப் பண்ணன் வாழ்ந்தால், அதனால் அன்ன தானமாவது ஒழுங்காக நடை பெறும் இப்படிக் கூறிவிட்டு மீண்டும் பண்ணனை வணங்கி வெளியேறினான் வளவன். பண்ணன் ஒன்றும் புரியாமல் நின்று கொண்டிருந்தான். அனுமானத்துக்கு எட்ட அந்தப் பாணனின் முகத்தை எங்கோ எப்பொழுதோ ஏதோ பெரிய இடத்தில் கண்ட

168

மாதிரி நினைவு வந்தது!

யான்வாழும் நாளும் பண்ணன் வாழிய
பாணர் காண்கஇவன் கடும்பின திடும்பை
யாணர்ப் பழுமரம் புள்இமிழ்ந் தன்ன
ஊண்ஒலி அரவம் தானும் கேட்கும்,
பொய்யா எழிலி பெய்விடம் நோக்கி
முட்டை கொண்டு வற்புலஞ் சேரும்
சிறுநுண் எறும்பின் சில்லொழுக் கேய்ப்பச்
சோறுடைக் கையர் வீறுவி றியங்கும்
இருங்கிளைச் சிறாஅர்க் காண்டும் கண்டு
மற்றும் மற்றும் வினவுதும் தெற்றெனப்
பசிப்பிணி மருத்துவன் இல்லம்
அணித்தோ சேய்த்தோ கூறுமின் எமக்கே (புறநானூறு - 173)

கடும் = சுற்றம், இடும்பை = துன்பம், புள்இமிழ்தல்
பறவைகளின் குரல், ஊன் ஒலி = உண்ணும் ஆரவாரம், எழிலி
மேகம், ஏய்ப்ப = போல, வீறு வீறு = வரிசையாக, தெற்றென
தெளிவாக, அணித்தோ = அருகில் உள்ளதோ, சேய்த்தோ =
தொலைவிலுள்ளதோ, வினவுதும்= கேட்கிறோம்.

37. வன்மையும் மென்மையும்

செல்வக் கடுங்கோ வாழியாதன் என்று ஒரு சேர அரசன் இருந்தான். கபிலருக்கு நெருங்கிய நண்பன் இவன். கபிலர் பாடிய பாடல்களில் பெரும்பகுதி இவன் மேற் பாடப்பட்டவையே.

ஒரு முறை சேர நாட்டுக்கு வந்து இவன் அரண்மனையில் இவனோடு சிலநாள் தங்கியிருந்தார் கபிலர். அந்தச் சிலநாட்களில் வீரமும் கவிதையும் நட்புக் கொண்டாடி மகிழ்ந்தன. ஒருநாள் மாலை, கபிலரும் செல்வக் கடுங்கோவும் சேர நாட்டுக் கடற்கரை ஒரமாக உலாவச் சென்றனர். செல்லும்போதே இருவருக்கும் இடையே பல வகை உரையாடல்கள் நிகழ்ந்தன.

"புலவரே வீரத்துக்கும் கவித்துவத்திற்கும் உள்ள ஒற்றுமை வேற்றுமைகளைக் கூற முடியுமா?"

"திடிரென்று உனக்கு இந்தச் சந்தேகம் எப்படி உண்டாயிற்று, கடுங்கோ?"

"வேடிக்கையான ஒரு எண்ணம் எனக்கு உண்டாயிற்று கபிலரே! நீர் சொல்லைத் தொடுத்துக் கவிபாடும் பாவலர். நான் வில்லைத் தொடுத்துப் போர் செய்யும் காவலன். உம்முடைய செயல், பூக்களின் மலர்ச்சிபோல மென்மையானது. என்னுடைய செயல் கத்தியோடு கத்தி மோதுவதுபோல வன்மையானது."

"கடுங்கோ! உன் சிந்தனை அழகாகத்தான் இருக்கிறது. அதையே நான் வேறொரு விதமாகச் சொல்கின்றேன். ஆற்றலின் மலர்ச்சி கவிதை. ஆற்றலின் எழுச்சி வீரம், அழகினுடைய சலனம் கவிதை ஆண்மையின் சலனம் வீரம்"

பேசிக்கொண்டே பராக்குப் பார்த்தவாறு வந்த கபிலர் கீழே தரையில் இருந்த சிறு பள்ளத்தைக் கவனிக்கவில்லை.

அவர் பள்ளத்தில் விழ இருந்தார். நல்லவேளையாகக் கடுங்கோ அதைப் பார்த்துவிட்டான். சட்டென்று. அவருடைய வலது கையைப் பிடித்து இழுத்துப் பள்ளத்தில் விழாமல் காப்பாற்றிவிட்டான். புலவருடைய கையைப் பிடித்தபோது

மல்லிகைப் பூவினால் கட்டிய ஒரு பூஞ்செண்டைப் பிடித்தது போன்ற உணர்ச்சி அவனுக்கு ஏற்பட்டது. கபிலருடைய கை பெண்களுக்கு அமைகிற கைகளைப்போல மிக மென்மையாக இருந்தது. அவன் ஆச்சரியம் அடைந்தான். கையை இன்னும் விடவில்லை.

"அரசே! இதோ நிதர்சனமான விளக்கம் கிடைத்துவிட்டது. நான் செய்ய இருந்தது கவிதை, நீ செய்தது வீரம். என்னைக் காப்பாற்றியதற்காக உனக்கு என் நன்றி."

"அதிருக்கட்டும் கபிலரே! உங்கள் கை ஏன் இவ்வளவு மென்மையாக இருக்கிறது, பெண்களுடைய கை போல"

"நீகேட்பதைப் பார்த்தால் என் கையைவிட உன் கை வலிமையாகவும் கரடுமுரடாகவும் இருக்கிறது என்ற பொருளும் அதில் தொனிக்கிறதே?"

"ஆம் உண்மைதான். இதோ என் கைகளைப் பாருங்கள். சொற சொற வென்று கரடுமுரடாகத்தான் இருக்கிறது."

"நல்லது கடுங்கோ! நான் தடுக்கி விழுந்தாலும் விழுந்தேன். உனக்கு ஓர் உயர்ந்த உண்மையை விளக்க அது காரணமாக அமைந்துவிட்டது. என்போன்ற கலைஞர்கள் அறிவினாலும் சிந்தனையினாலும் மட்டுமே உழைக்கிறோம். கைகளால் உழைப்பதில்லை.எனவே எங்கள் கலையைப்போலவே கைகளும், உடலும் மென்மையாக இருக்கின்றன.ஆனால் நீயும் உன் போன்ற வீரர்களுமோ கைகளால் உழைக்கிறீர்கள். உழைத்து உழைத்து வன்மையை அடைகின்றன. உங்கள் கைகள்."

"இந்த உலகுக்கு அறிவால் உழைப்பவர்கள் முக்கியமா? உடலால் உழைப்பவர்கள் முக்கியமா?"

"இருவருமே முக்கியந்தான் அரசே! நீதியும் உண்மையும் அழகும் மென்மையும் அழிந்துவிடாது காக்க அறிவு வேண்டும். அறிவைக் காப்பாற்றவும் அறிவுக்குத்துணை செய்யவும் உழைப்பு வேண்டும்"

"ஆகா! என்ன அருமையான விளக்கம்? எத்தகைய தத்துவம்"

"தத்துவமாவது விளக்கமாவது! நீ அளித்த சோறு பேசச் சொல்கிறது. உன்னைப் போன்ற மன்னாதி மன்னர்கள் நல்லெண்ணத்தோடு சோறு இட்டுவளர்த்த உடல்மென்மையாக இல்லாமலாபோகும்? கறியையும்,சோற்றையும் மற்றவைகளையும் உண்பதைத் தவிர, உடல் உழைப்புக்கும் வருத்தத்திற்கும் இடமின்றி எங்கள் வாழ்வு உன்னாலும் உன்போன்ற தமிழ் மன்னர்களாலும் வளர்க்கப்படுகிறது. காரணம் அதுதான்."

"நியாயத்தைப் போலவே அறிவையும் வளர்ப்பது எங்கள் பணிதான் கபிலரே"

"வேறென்னவேண்டும்? இந்த அன்பும் ஆதரவும்போதுமே, ஆயிரம் பெருங்காப்பியங்கள் பாடிவிடுவேனே. நீங்கள் செடியை வைத்துத் தண்ணீர் ஊற்றுகிறீர்கள். நாங்கள் பூத்துக் கொழித்துப் புகழ் மணம் பரப்புகிறோம்"

"உங்களுடைய பூஞ்செண்டு போன்ற இந்தக் கையை விடுவதற்கே மனமில்லை. பிடித்துக் கொண்டே இருக்கலாம் போலத் தோன்றுகிறது!" செல்வக் கடுங்கோ கபிலருடைய கையை விடுவதற்கு மனமில்லாமல் மெல்லத் தன் பிடியிலிருந்து விடுவித்தான். இருவரும் மேலே நடந்தனர். புலவரும் கை வீசி நடந்தார். அரசனும் கை வீசி நடந்தான். இந்தக் கைவீச்சில் குழைவும் அந்தக் கைவீச்சில் மிடுக்கும் இருந்தன.

அன்பும் ஆதரவுமே கவிதையை வளர்க்கும் சாதனங்கள். என்பதை இச்சம்பவம்தான் எவ்வளவு அருமையாக விளக்கி விடுகின்றது?

கறிசோறு உண்டுவருந்துதொழி லல்லது
  பிறிதுதொழில் அறியா வாகலி னன்று
  மெல்லிய பெரும தாமே நல்லவர்க்
    காரணங் காகிய மார்பிற் பொருநர்க்
  கிருநிலத் தன்ன நோன்மைச்
  செருமிகு சேஎய் நிற்பாடுநர் கையே! (புறநானூறு - 14)
நன்று = நன்றாக, பிறிது = மற்றொன்று, பெரும = அரசே,

ஆரணங்காகிய = ஆற்றுவதற்கரிய, பொருநர் = போரிடுவோர்,
செருமிகு = போர்வன்மை மிக்க, சேய் = முருகனைப் போன்றவனே,
பாடுநர் = புலவர்.

38. எவனோ ஒரு வேடன்!

கொல்லி மலையின் அடிவாரம். அது வளம் நிறைந்த பகுதி. புலவர் வன்பரணரும் அவரோடு வந்திருந்த இன்னிசை வாணர்களாகிய பாணர்களும் வழிநடைக் களைப்புத் தீர அங்கே தங்கியிருந்தனர். அன்றைய, பகற்பொழுதை அங்கே கழித்தாக வேண்டும்.

கொல்லி மலையில் மிருகங்கள் அதிகம். அதனால், வேட்டுவர்கள் பலர் எப்போதும் வில்லும் கையுமாகத் திரிந்து கொண்டிருப்பதைக் காணலாம். அவ்வாறு பல வேட்டைக் காரர்கள் வேட்டையாடுவதை வன்பரணரும் அவரைச் சேர்ந்தவர்களும் பொழுதுபோக வேடிக்கை பார்த்துக் கொண்டிருந்தனர். அவர்கள் தங்கியிருந்த இடம் மேடாக இருக்கும் பகுதியிலுள்ள ஒரு மலைக் குகை யாகையினால் அங்கே மிருகங்களால் தொல்லை நேர வழியில்லை.

சரியாக உச்சிப்போது வந்தது. வேட்டைக்காரர்கள் எல்லோரும் போய்விட்டனர். அப்போது புது வேட்டைக்காரன் ஒருவன் பெரிய யானை ஒன்றை அம்பு எய்து துரத்திக்கொண்டு அங்கே வந்தான். கம்பீரமான உருவத்தையுடைய அந்த வேடன் மார்பில் விலை மதிக்க முடியாத மணியாரங்களை அணிந்து கொண்டிருந்தான். மார்பு நிறையச் சந்தனம் பூசிக் கொண்டிருந்தான். பரந்த மார்பின் அழகை அது எடுத்துக் காட்டியது.அவனைப் பார்த்தால் யாரோ ஒரு சிற்றரசன் என்றோ, செல்வச் சீமான் என்றோ மதிக்கலாமே தவிர, கேவலம் வேட்டையைத் தொழிலாகக் கொண்டவன் என்று சொல்ல முடியாது. வன்பரணர் ஆச்சரியத்தோடு அவனைப் பார்த்தார். சற்றேனும் பயமின்றி யானையைப் பின்பற்றி விரட்டிக் கொண்டிருந்தான் அவன்.

ஆனால் அடுத்த நொடியில் வேறு ஒரு பயங்கரமும் அவனெதிரே வந்து வாய்த்தது. அவனால் துரத்தப்பட்டுக்

கொண்டிருந்த யானைக்கு முன் ஒரு பெரிய வேங்கைப் புலி மகா
கோரமாக உறுமிக் கொண்டே பாய்ந்தது. அந்த வீரன் வில்லை
வளைத்தான். கூரிய எஃகு அம்பு ஒன்று அவன் வில்லிலிருந்து. "கிர்
ரென்று பாய்ந்தது. என்ன வேடிக்கை? அந்த அம்பு யானையை
ஊடுருவிப் புலியையும் ஊடுருவி இரண்டையும் கீழே
வீழ்த்திவிட்டுப் புதரில் பதுங்கியிருந்த ஒரு புள்ளி மானைக் கீழே
உருட்டித்தள்ளி அருகே மயிரைச்சிலிர்த்துக் கொண்டுநின்ற ஒரு
முள்ளம் பன்றியைக் கிழித்துவிட்டு மரத்தடியில் புற்றின்மேல்
கிடந்த உடும்பின் மேல்போய்த் தைத்தது.

        'என்ன வினோதம்? ஒரே ஓர் அம்பு! ஐந்து உடல்களை
ஊடுருவி விட்டதே! வில் பயிற்சியிலேயே இது ஒரு
சாமர்த்தியமான அம்சம். இதற்குத்தான் வல்வில் என்று பெயர்
சொல்லுகிறார்கள் போலும்!' வன்பரணர் ஆச்சரியத்தோடு
சிந்தித்தார்.

        அப்படியே அவனருகில்போய் அவனைப் பாராட்ட வேண்டும்
என்று தோன்றியது அவருக்கு அங்கிருந்த பாணர் களையும்
விறலியர்களையும் உடன் அழைத்துக்கொண்டு சென்றார். அவன்
வேட்டையாடி வீழ்த்திய மிருகங்களைப் பெருமிதத்தோடு பார்த்துக்
கொண்டு நின்றான்.ஒரே அம்பினால் ஊடுருவிக் கொல்லப்பட்ட
யானை, புலி, மான், பன்றி, உடும்பு எல்லாம் அடுத்து அடுத்து
வரிசையாக இரத்தம் ஒழுகிட வீழ்ந்து கிடந்தன.

        வன்பரணர் அவனருகில் போய் நின்று வணங்கினார்.அவன்
பதிலுக்கு வணங்கினான். அவர் தாம் புலவரென்றும் தம்மோடு
இருப்பவர்கள் இசைவாணர்கள் என்றும் கூறி அவனுக்கு
அறிமுகப்படுத்திக் கொண்டார்.

        பாணர் யாழ் வாசித்தார். விறலி மத்தளம் கொட்டினாள்.
மற்றொருவர் புல்லாங்குழலில் இசையைப் பெருக்கினார்.
வன்பரணர் அந்த இனிய வாத்தியங்களின் ஓசையோடு இயையும்
படி அவனைப் பாராட்டி ஒரு பாடல் பாடினார்.

        அவன் சிரித்துக் கொண்டே கழுத்திலிருந்த அழகான மணி

மாலையையும் பொன் மாலையையும் கழற்றி அவரிடம் அளித்தான்.

"புலவர் பெருமானே! இதை என் அன்புப் பரிசிலாக ஏற்றுக்கொள்ளுங்கள். இதோ இந்த மான் இறைச்சியை நெருப்பில் வாட்டி உங்களுக்கு விருந்திடுவேன். என் விருந்தையும் மறுக்காமல் ஏற்றுக் கொள்ள வேண்டும்."

வன்பரணர் பரிசிலைவாங்கிக் கொண்டார். அவன் நெருப்பு மூட்டி வாட்டிக்கொடுத்தமான் இறைச்சியையும் தனியே அளித்த மலைத் தேனையும் மறுக்க மனமின்றி உண்டு மகிழ்ந்தார்கள் அவர்கள்.

"அப்பா, உன்னைப் பார்த்தால் சாதாரண வேட்டுவனாகத் தெரியவில்லையே? நீ யார் என்பதை நாங்கள் தெரிந்து கொள்ளலாமோ?" வன்பரணர் நன்றிப் பெருக்கோடு அவனை நோக்கிக் கேட்டார்.

அவன் பதில் கூறாமல் அவரைப் பார்த்துப் புன்முறுவல் பூத்தான். புன்னகையா அது? மனிதப் பண்பின் ஒரு மின்னலாகத் தோன்றியது வன்பரணருக்கு.

"நீ யார் என்பதைச் சொல்லமாட்டாயா?"

"எவனோ ஒரு வேடன் என்று வைத்துக்கொள்ளுங்களேன்."

"இல்லை! நீ வெறும் வேடனில்லை. வேடன் என்பதிலும் பெரிய தகுதி ஒன்று உனக்குள் அடங்கிக் கிடக்கிறது. நீ அதை என்னிடம் மறைக்கிறாய்..."

"புலவரே! அன்பும் ஆதரவும் நல்குவதற்குத் தகுதியா முக்கியம். நல்ல மனம் ஒன்று போதாதா? அது என்னிடம் உண்டு."

"பரவாயில்லை சொல்லிவிடு. நீ யார்?"

"புலவரே என்னை வல்வில் ஓரி' என்பார்கள். இந்த மலைக்குத் தலைவன். வணக்கம். நான் வருகிறேன்" சொல்லிக் கொண்டே நகர்ந்தான். அவன். வியப்போடு நடந்து செல்லும் அவன் உருவத்தைப் பார்த்தார் அவர் 'அவனா எவனோ ஒரு வேடன்? மனிதப் பண்பின் வீரசிகர மல்லவா அவன்?' புலவர் தமக்குள்

176

முணுமுணுத்துக் கொண்டார்.

வேட்டுவரில்லை நின்னொப் போர்என
வேட்டது மொழியவும் விடா அன் வேட்டத்திற்
றான்.உயிர் செகுத்த மான்நிணப்புழுக்கோடு
ஆனுருக் கன்ன வேரியை நல்கித்
தன்மலைப் பிறந்த தாவில் நன்பொன்
பன்மணிக் குவையொடும் விரைஇக் கொண்மெனச்
சுரத்திடை நல்கியோனே விடர்ச்சிமை
ஓங்கிருங் கொல்லிப் பொருநன்
ஓம்பர் ஈகை விறல்வெய்யோனே! (புறநானூறு -152)

வேட்டது = விரும்பியது, செகுத்த- போக்கிய, புழுக்கு =
வாட்டல், வேரி = தேன். தாவில் = குற்றமற்ற, மணிக்குவை =
மணியாரம், விரைஇ= கலந்து, பொருநன் = வல்விலோரி.

177

39. கனி கொடுத்த கனிவு

தகடூர் அதியமானின் தலைநகரம் தகடுரை யொட்டி, உயரிய மலைத் தொடர் ஒன்று அமைந்திருந்தது.அதற்குக் குதிரைமலைத் தொடர் என்று பெயர்.அதியமான் தலைநகரில் ஒய்வாக இருக்கும் நாட்களில் இந்த மலைத் தொடரில் வேட்டையாடப் போவது வழக்கம்.குதிரைமலையில் நல்ல பழமரங்கள் இருந்தன. ஒருமுறை வேட்டையாடச் சென்றிருந்தபோது வேடர்களிடமிருந்து ஒரு நெல்லி மரத்தைப் பற்றி அதியமான் தெரிந்து கொண்டான். அது ஒரு அற்புத நெல்லிமரம்.அதன் கனி உண்டவர்களை நீண்டநாள் உயிர் வாழச்செய்யும் இயல்பு உடையது.ஒரே ஒரு கணிதான் அந்த மரத்தில் தோன்றுவது வழக்கம். அந்த ஒரு கனியையும் எவரும் பறித்துக் கொள்ள முடியாது! நெல்லிமரம் அப்படிப்பட்ட உயரமான இடத்தில் அமைந்திருந்தது.

மலை உச்சியில் ஒரு பிளவு. அந்தப் பிளவின் செங்குத்தான பகுதியில் மரம் இருந்தது. மரத்தின் ஒரு துனியில் அந்த ஒரே ஒரு நெல்லிக்கனியும் இருந்தது. இதுவரை அந்த நெல்லிக்கனியைப் பறிக்க முயன்றவர்கள் யாவரும் தோல்வியே அடைந்திருந்தார்கள். அந்த அருமையான நெல்லிக்கனியை எப்படியாவதுதான் அடைந்துவிட வேண்டும் என்று விருப்பம் கொண்டான் அதியமான். காட்டு வேடர்களைக் கலந்து ஆலோசித்தான்.

"அரசே! செங்குத்தான பாறைப் பிளவில் ஏற முடியாது. நச்சுத்தன்மை பொருந்திய வண்டுகள் வேறு அந்தப் பிளவில் இருக்கின்றன. கொட்டினால் உடலில் நஞ்சு ஏறி இறக்க நேரிடும். முதலில் மாற்று மருந்துகளைத் துரவி வண்டுகளைக் கொல்ல வேண்டும். பின்பு மரத்திற்கு ஏறிச்செல்ல வசதியாகச்சாரம் கட்ட வேண்டும். செங்குத்தான பிளவின் உச்சிவரை உயர்ந்த மூங்கில் களால் சாரம் கட்டிவிட்டால் நெல்லிக்கனி கிடைத்தது போலத்தான்" என்றார்கள் வேடர்கள்.

"அப்படியே செய்வோம். மூங்கில்களைத் தயார் செய்து சாரம்

கட்டுங்கள். மருந்தைத் துவி வண்டுகளைப் போக்குங்கள். கனி எப்படியும் நமக்குக் கிடைக்க வேண்டும். அதியமானின் வற்புறுத்தலான கட்டளையை மறுக்க முடியாமல் வேடர்கள் நெல்லி மரத்தில் ஏறுவதற்கான ஏற்பாடுகளைச் செய்யத் தொடங்கினர். சில நாட்களில் மருந்து தூவி வண்டுகள் அழிக்கப் பட்டன. அரிய முயற்சியின் விளைவாகச் சாரமும் அமைக்கப்பட்டது.வேடர்களும்,அதியமானும் சேர்ந்து முயன்று அந்த ஒரு நெல்விக்கனியை அடைந்தனர்.

அதியமான் நெல்லிக் கனியோடு அரண்மனைக்குத் திரும்பினான். பெற முடியாத பொருள் ஒன்றை அரிய முயற்சியால் பெற்றுக் கொண்டு வந்துவிட்ட மகிழ்ச்சி அவன் மனத்தில் நிறைந்திருந்தது.

அங்கே அரண்மனையில் ஒளவையார் அவனைச் சந்திப்ப தற்காகக் காத்துக் கொண்டிருந்த சமயத்தில் நெல்லிக்கனியோடு போய்ச் சேர்ந்தான்.அவன் ஒளவையாரைக் கண்டதும் தனக்குள் இப்படிச் சிந்தித்தான்.

"தம்முடைய அறிவுரைகளால் இளைஞர்களையும் முதியோர்களையும் என்போன்ற அரசர்களையும் பண்பட்டு வாழச் செய்கின்ற இவருக்கு மூப்பு வந்துவிட்டது. இவர் இன்னும் நீண்டநாள் உயிர் வாழ்ந்தால் இந்த உலகத்துக்கு எவ்வளவு பயன்? என் போன்ற அரசர்கள் உலகத்தை நாங்களே பாதுகாப்பதாக எண்ணிக்கொண்டு தலை கனத்து இறுமாந்து திரிகின்றோம். உண்மையில் உலகத்தை வாழ்விப்பவர்கள் இவரைப் போலத்தூய உள்ளம் பெற்ற புலவர்கள் அல்லவா? என்னிடம் இருக்கும் இந்த நெல்லிக்கனியை இவருக்கு அளித்து இவரை நீண்டநாள் வாழச் செய்தால் என்ன?

அதியமான் ஒளவையாரை வணங்கினான். ஒளவையார் வாழ்த்தினார்.

"தாயே! இதை என் அன்பளிப்பாக ஏற்று உண்ண வேண்டும்" நெல்லிக் கனியைப் பணிவாக எடுத்து அவரிடம் நீட்டினான்.

“இது என்ன அதியா? நெல்லிக் கனியா?” - “ஆமாம் தாயே!” ஔவையார் வாங்கிக் கொண்டார்.

“இது மாதிரி நெல்லிக் கனியை நான் இதுவரை கண்டதே. இல்லையே? என்ன கனிவு? என்ன திரட்சி? எவ்வளவு அருமையான நெல்லிக்கனி இது? இதை எங்கிருந்து கொண்டு வந்தாய் நீ”

“முதலில் இதைச்சாப்பிடுங்கள்தாயே! மற்றவற்றை எல்லாம் பின்பு கூறுகின்றேன்.” ஔவையார் நெல்லிக்கனியை எடுத்து உண்டார். உண்ணும் போதே அதன் சுவையை வியந்தார். அதியமான் அந்த நெல்லிக்கனி தனக்குக் கிடைத்த விவரத்தைக் கூறினான்.அதோடு அந்தக் கனியின் பயனையும் கூறினான்.

“அதியா! உண்டாரை நீண்டநாள் வாழ வைக்கும் இந்தக் கனியை, நீ அல்லவா உண்டிருக்க வேண்டும்? எனக்கு ஏன் கொடுத்தாய்? சாகின்ற வயதை எட்டிக் கொண்டிருக்கும் கிழவி நான்! முன்பே சொல்லியிருந்தால் இதை நான் உண்டிருக்க மாட்டேனே!”

“நீங்கள் மறுப்பீர்கள் என்பதற்காகவே அதன் பயனை முதலில் உங்களிடம் நான் கூறவில்லை”

“சிவபெருமான் திருப்பாற் கடலில் தோன்றிய நஞ்சை யெல்லாம் தாம் உண்டுவிட்டு அமுதத்தைத் தேவர்களுக்குக் கொடுத்தாராம். இந்த அரிய கனியை அடைய முயற்சி களையெல்லாம் நீ செய்துவிட்டு, இப்போது நான் உண்ணுமாறு கொடுத்துவிட்டாயே! சிவபெருமானைப் போல நீ நீடுழி வாழ்க!”

“தாயே! நீங்கள் உண்டால் எத்தனையோ பேரை வாழ்விக்க முடியும்.நான் கேவலம் ஒரு நாட்டைக்காக்கும் காவலாளி. நீங்கள் உலகைக் காக்கும் அறிவுத்தாய். நீங்கள் ஊழி ஊழி காலம் அழியாமல் வாழ வேண்டும். இந்த உலகம் நெறியோடு வாழ உங்களைப் போன்றவர்கள் அறிவுரை கூறுவது என்றும் தேவை.”

“நீ கொடுத்த கனியில் கணிவைவிட உன் இதயக் கனிவுதான் மிகுதி அதியா”

“அவ்வளவு புகழ்ச்சிக்கு அதியன் தகுதியில்லாதவன் தாயே?”

“உண்மை அப்பா! புகழ் என்ற சொல்லின் எல்லைக்கு

அப்பாற்பட்டதுதான் உன் புகழ்".

நெல்லிக் கனியைவிட இதயக் கனியே உயர்வாகத் தோன்றுகிறது, புலவர் ஔவையாருக்கு.

வலம்படு வாய்வாள் ஏந்தி ஒன்னார்
களம்படக் கடந்த கழல்தொடித் தடக்கை
ஆர்கலி நறவின் அதியர் கோமான்
போரடு திருவிற் பொலந்தார் அஞ்சி
பால்புரை பிறைநுதல் பொலிந்த சென்னி
நீல மணிமிடற்றொருவன் போல்
மன்னுக பெரும நீயே தொன்னிலைப்
பெருமலை விடரகத் தருமிசைக் கொண்ட
சிறியிலை நெல்லித் திங்கனி குறியாது
ஆதல் நின்னகத் தடக்கிச்
சாதல் நீங்க எமக்கு ஈத்தனையே (புறநானூறு-91)

வலம்படு = வெற்றி உண்டாக, ஒன்னார் = பகைவர்கள், நறவு = மது, சுழல் = வீரக்காப்பு, தொடி = வீரவளை, ஆர்கலி = மகிழ்ச்சி, பொலந்தார் = பொன்மாலை, புரை = போல, சென்னி = தலை, நீலமணிமிடற் றொருவன் = சிவபெருமான், மன்னுக = நிலைபெற்று வாழ்க, ஆதல் = பயன், தீங்கனி - இனிய கனி.

40. கால் கட்டு

வைகறை கருக்கிருட்டின் மங்கலான ஒளியில் உறங்கிக் கொண்டிருந்த மனைவியையும் குழந்தைகளையும் கண்களில் நீர்மல்க ஒருமுறை பார்த்தார் ஒரேருழவர். பந்தத்தை அறுத்துக் கொண்டு வீட்டைவிட்டு வெளியேறுவது என்பது எவ்வளவு கடினமான செயல் என்பதை இப்போதுதான் அவரால் உணர முடிந்தது.

வீடு நிறைய மக்களையும் மனைவியையும் வைத்துக் கொண்டு, அவர்கள் வயிறு நிறைய வழி சொல்லத் தெரியாமல் திண்டாடுகிற கையாலாகாத் தனத்தைவிட எங்கேயாவது ஒடிப் போய்விட்டால் நல்லதென்று தோன்றியது அவருக்கு பலநாள் எண்ணி எண்ணி இந்த முடிவிற்கு வந்திருந்தார்! இன்று அதைச் செயலாக்கும் அளவுக்கு, விரக்தி மனத்தைக் கல்லாக்கியிருந்தது.

விடிந்தால் மனைவியும் குழந்தைகளும் எழுந்திருந்து விடுவார்கள். அவர்களைப் பார்த்தால் ஓட மனம்வராது. சொல்லாமல் கொள்ளாமல் ஓடிவிட இந்தக் கருக்கிருட்டு நேரத்தைப்போல வசதியானது எதுவுமில்லை. ஏழையின் வாழ்வில், புதிதாக ஒருநாள் பிறக்கிறது என்றால் அது பெரிய வேதனையின் வடிவம். தன் வயிறும் நிரம்பாமல், மனைவி மக்களையும் பட்டினிக் கோலத்திலே கண்டு, நெஞ்சு குமுறி அணுஅனுவாகச் செத்துக் கொண்டிருப்பதைவிட ஒரேயடியாக எங்கேனும் ஓடிப்போய்ச் செத்துத் தொலைப்பது எவ்வளவோ மேல்!

மேல் ஆடையைத் தோளில் உதறிப்போட்டுக் கொண்டு, வாசல் கதவைத் திறந்து வெளியேறினார் அவர். மனத்தை நெகிழவிடாமல் உறுதி செய்துகொண்டு திரும்பிப் பாராமல் நடையை எட்டிப் போட்டு நடந்தார்.

முதலில் மனைவி மக்களின் முகம் மறைந்தது. பின் வீடு மறைந்தது. அடுத்து ஊர் மறைந்தது. ஆண்டுக் கணக்கில் பழகிய எல்லாம் சில நாழிகைகளில் கண்களைக் கடந்து வெகுதுரத்துக்

கப்பால் மங்கி மறைந்துவிட்டன. ஒரேருழவரின் கால்களை இறுக்கியிருந்த குடும்பக் கால் கட்டு அறுந்து விட்டது. அவர்தனியே நடந்து சென்று கொண்டிருந்தார். காட்டுவழியாகப் போகுமிடம் எது? என்ற குறிப்பே இல்லாமல் நடந்து போய்க் கொண்டிருந்தார். தளைகளை அறுத்துக்கொண்டு தனிவழியில் ஒடுகிறதாக மகிழவேண்டிய மனம் செய்யத் தகாததைச் செய்து விட்டு, போகத் தகாத வழியில் போய்க் கொண்டிருப்பதாகக் குத்திக் காட்டியது.

பொழுது பலபலவென்று விடிகின்ற நேரத்திற்கு ஒருகாட்டு வழியே நடந்து போய்க் கொண்டிருந்தார் அவர் நடக்க நடக்க மனம் ஒருவிதமான பிரமையில் ஆழ்ந்தது. ஏதோ உடைமைகளை எல்லாம் பறிகொடுத்துவிட்டு எங்கோ, கண்காணாத இடத்துக்கு ஒடுவது போன்ற எண்ணம் இதயத்தை அழுத்தியது.

மேற்குப் பக்கம் அடர்த்தியான காடு. கிழக்குப் பக்கம் கண்ணுக்கெட்டிய தூரம்வரை ஒரே உவர்மண் பூமி. அந்தக் களர்நிலச் சமவெளி பதனிடப்படாத தோலைப் பரப்பி வைத்த மாதிரி மேடும் பள்ளமுமாக உப்புப் பரிந்து தென்பட்டது. இவை இரண்டிற்கும் நடுவே உள்ள வழியில்தான் அவர்சென்று கொண்டிருந்தார்.

பசுமை தவழும் காடும், பாளம் பாளமாக வெடித்த வெள்ளரிப் பழம் போன்ற உவர் மண் பரப்பும் அருகருகே நேர்மாறான இரு துருவங்களைப்போல விளங்கின.

புலவர் ஒரேருழவர் அந்த வழியாக நடந்து கொண்டிருக்கும் போதே காட்டையும் களர்நிலத்தையும் தொடர்புபடுத்தும் நிகழ்ச்சியொன்று நடந்தது.

காட்டிலிருந்து ஒரு மான் குடல் தெறிக்க ஓடிவந்து களர் நிலத்தில் இறங்கி, மீண்டும் ஓடியது. அதன் பின்னாலேயே ஒரு வேடன் வில்லும் கையுமாக அதைத் துரத்திக் கொண்டே ஓடிவந்தான். அவனும் அதை விடுவதாக இல்லை. வில்லை வளைத்துக் கொண்டு களர்நிலத்தில் இறங்கிவிட்டான்.

காட்டில் துரத்திய வேடன் கையில் அகப்படாமல் தப்ப

வேண்டும் என்று மான் களர் நிலத்தில் இறங்கி ஓடியது. காட்டில்
அகப்படாத மானைக் களர் நிலத்தில் எப்படியாவது அம்பு எய்து
பிடித்துவிட வேண்டும் என்று வேடன் மானைப் பின்பற்றி ஓடினான்.
புலவர் வழிமேல் நின்று இந்தக் காட்சியை ஆர்வத்தோடு
பார்க்கலானார்.

மான் களர் வெளியில் சுற்றிச் சுற்றி ஓடியது. வேடனும்
விடாமல் அதைத் துரத்தினான். வேடனிடம் அகப்படாமல்
பிழைத்துவிட வேண்டும் என்பது மானின் ஆசை. மானைப்
பிடிக்காமல் போகக்கூடாது என்பது வேடனுடைய ஆசை.
உயிராசையால் அந்த மிருகம்ஓட, வயிற்றாசையால் அதைத் துரத்தி
மனிதன் ஓட, மனத்தின் நப்பாசையால் வழியோடு போக வேண்டிய
புலவர் அதைப் பார்த்துக் கொண்டிருந்தார்.

ஓடிக்கொண்டே இருந்த மான், களர் நிலத்தின் பெரிய
வெடிப்பு ஒன்றில் முன்னங்கால்கள் இரண்டும் சிக்கி ஒருகணம்
திணறி விழுந்தது.மறுகணம் வெடிப்பிலிருந்து கால்களை உதறிக்
கொண்டு அது ஓட முயல்வதற்குள் வேடனுடைய அம்பு அதன்
வயிற்றை ஊடுருவி விட்டது.

இரத்தம் ஒழுக அங்கேயே பொத்தென்று விழுந்தது அந்த
மான் வேடன் ஆசையோடு அதன் உடலைத் தோளில் தூக்கிச்
சுமந்துகொண்டுகாட்டுக்குள் நடந்தான். ஒரேருழவர் சிலைபோல
இதைப் பார்த்துக் கொண்டே நின்றார் வெகுநேரமாக வேடன் போன
பின்பும் நின்று கொண்டிருந்தார். வேடன் அந்த மானை மட்டுமா
கொன்று எடுத்துக் கொண்டு போனான்? இல்லை! அவருடைய
மனத்திலிருந்த ஓர் அசட்டுத்தனத்தையும் கொன்று
எடுத்துக்கொண்டுபோய்விட்டான்.வந்த வழியே திரும்பி ஊரை
நோக்கி, வீட்டை நோக்கி நடந்தார். வறுமையும் பசிக் கொடுமையும்
எங்கும் உள்ளதுதான். வாழ்க்கை ஒரு வேட்டை மனைவி மக்களை
விட்டு ஓடிப்போய்ப் பசியையும் வறுமையையும் அனுபவித்து அந்த
வேட்டைக்கு ஆளாவதைவிட வீட்டிலேயே மனைவி மக்களோடு
அதற்கு ஆளாகலாமே! காட்டை விட்டுக் களர் நிலத்துக்கு ஒடி

வந்ததே அந்த மான்! அப்படியும் வேட்டைக்காரன் அதை விடவா செய்தான்? கால் கட்டை அவிழ்த்துக் கொண்டு சறுக்கி விழுவதை விட சும்மா இருப்பது மேல்தானே?

அதள்ளறிந் தன்ன நெடுவெண் களரின்

ஒருவன் ஆட்டும் புல்வாய் போல

ஓடி உய்தலும் கூடுமன்

ஒக்கல் வாழ்க்கை தட்குமா காலே? (புறநானூறு -193)

அதள் = பதனிடாத்தோல், புல்வாய் = மான், தட்குமா = தளையாகுமா.

41. அன்பின் அறியாமை

அப்போது கார்காலம். மலை நங்கை தன் பசுமை கொழிக்கும் உடலில் நீலநிறப் பட்டாடை அணிந்தாற்போல முகில்கள் மலைச் சிகரங்களில் கவிந்திருந்தன. பொதினி மலையின் வளத்தைக் காண்பதற்குச் சென்றிருந்தான் பேகன். அவன் ஆவியர் குடிக்குத் தலைவன். பொதினி மலை அவன் ஆட்சிக்கு உட்பட்டது.

மலைமேல் மேக மூட்டமும் குளிர்ச்சியும் மிகுந்திருந் ததனால் சிலுசிலுவென்று குளிர் காற்று வீசிக் கொண்டிருந்தது. உடலில் குளிர் உறைத்ததனால் தோளில் தொங்கிய பட்டா டையை மார்பிலே போர்த்துக்கொண்டான் பேகன்.விலைமதிக்க முடியாத அந்தப் பட்டாடை குளிர் வேதனையிலிருந்து அவனைக் காப்பாற்றியது. குளிரினால் பறவைகள் கூட்டைவிட்டு வெளியே புறப்படவில்லை. வேடர்களும் மலையில் வாழும் பளிஞர்களும் அங்கங்கே நெருப்பு மூட்டிக்குளிர்காய்ந்துகொண்டிருந்தார்கள். வானிலிருந்து பூந்தாதுக்களாகிய மாவை அள்ளித் தெளிப்பதுபோலச் சாரல் வேறு மெல்லிதாக வீழ்ந்து கொண்டிருந்தது.

அருவிகளையும் மலர்ச்செடிகளையும் உயரிய மரக்கூட்டங் களையும் கண் குளிரப் பார்த்தவாறே சென்று கொண்டிருந்தான் பேகன் வழியில் ஒரு சிறு பாறையின்மேல் அந்தக் காட்சியை அவன் கண்கள் கண்டன. பேகன் மனத்தில் இரக்கம் சுரந்தது. இயற்கையில் எந்த உயிரும் துன்பத்தை அனுபவிக்குமாறு விட்டுவிடக்கூடாது என்ற நல்ல உள்ளம் கொண்டவன் அவன். அதனால்தான் பாறைமேல் கண்ட காட்சி அவன் உள்ளத்தை உருக்கியது.

அங்கே ஒரு மயில் தோகை விரித்து ஆடிக் கொண்டிருந்தது. பக்கத்தில் உயரமான இடத்திலிருந்து ‘சோ’வென்று வீழ்ந்து கொண்டிருந்த அருவியின் சின்னஞ்சிறு நீர்த் திவலைகள் தெறித்துக் கொண்டிருந்தன. மயிலின் தலைக் கொண்டையும் தோகையும் தோகையிலுள்ள வட்டக்கண்களும் நடுங்கி உதறுவதுபோல மெல்ல

ஆடிக் கொண்டிருந்தன. அந்த மயிலின் மெல்லிய உடல் முழுவதும் 'வெடவெட' வென்று நடுங்கிக் கொண்டிருப்பது போலத் தோன்றியது பேகனுக்கு.

"ஐயோ! பாவம். இவ்வளவு அழகான பிராணி குளிர் தாங்க முடியாமல் நடுங்கிப் போய் ஆடுகிறதே? இதை இப்படியே விட்டுவிட்டுப் போய்விட்டால் குளிரில் விறைத்துப் போகுமே? நான் மனிதன். எனக்குக் குளிர் உறைத்தவுடன் போர்வையை எடுத்துப் போர்த்துக் கொண்டு விட்டேன். மலையில் யாராலும் பாதுகாக்கப்படாமல் வாழும் இந்த மயிலுக்குக் குளிர்ந்தால் இது என்னசெய்யும்? யாரிடம்போய் முறையிடும்? பாவம் வாயில்லாத உயிர்."

அவன் மனம் எண்ணியது. அந்தக் காட்சியைக் காண விரும்பாமல் மேலே போய்விட எண்ணினான். ஆனால் அவன் அன்பு உள்ளம் அப்படிச் செய்யவிடவில்லை.

"கூடாது கூடவே கூடாது உலகத்தில் அழகு எங்கே எந்த வடிவத்தில் இருந்தாலும் அதை நாம் காப்பாற்ற வேண்டும். துன்பப்பட்டு வருந்தி அழியும்படியாக விட்டுவிடக் கூடாது." பேகன் அந்த மயிலுக்கு அருகில் சென்றான். தன் உடலைப் போர்த்திக் கொண்டிருந்த பட்டாடையை எடுத்தான். தோகை விரித்து ஆடிக் கொண்டிருந்த மயிலின்மேல் அப்படியே அதை போர்த்தினான்.

மேலே போர்வை விழுந்ததனால் அஞ்சிக் கூசிய மயில் தோகையை ஒடுக்கிக் கொண்டு ஆடுவதை நிறுத்திவிட்டது.தான் போர்வையைப் போர்த்தியதால்தான் மயிலின் குளிர் நடுக்கம் நின்றுவிட்டது என்றெண்ணிக் கொண்டான் அவன். அந்த அழகிய பிராணிக்கு உதவி செய்து, அதன் துன்பத்தைத் தணிக்க முடிந்த பெருமிதம், திருப்தி, மகிழ்ச்சி எல்லாம் அவன் அகத்திலும் முகத்திலும் நிறைந்தன.தன் இன்பத்தை மற்றவர்களுக்கு அளித்து, மற்றவர்களுடைய துன்பத்தைத் தான் பெற்றுக் கொள்வதுதானே தியாகம்? அந்தத் தியாகத்தின் இன்பம் அப்போது அவனுக்குக் கிடைத்திருந்தது.

போர்வையற்ற அவன் உடலில் குளிர் ஊசியால் குத்துவது போல உறைத்தது. "அடடா! சற்று நேரத்திற்குமுன் இந்த மயிலுக்கும் இப்படித்தானே குளிர் உறைத்திருக்கும்? ஐயோ, பாவம்! அதனால்தான் அது அப்படிவெடவெட'வென்று நடுங்கி ஆடிக் கொண்டிருந்தது. நல்லவேளையாக அதன் துன்பத்தைத் தீர்த்துவிட்டோம். நாமாவது இந்தக் குளிரைப் பொறுத்துக் கொண்டே நடந்து போய்விடலாம்!"

நிறைந்த மனத்தோடும் திறந்த உடம்போடும் வந்த வழியே திரும்பி நடந்தான் அந்த வள்ளல். திடீரென்று பின்புறம் யாரோ கலகலவென்று சிரிக்கும் ஒலி கேட்டுத் திரும்பினான். பரணர் அருவிக்கரையிலுள்ள ஒரு மரத்தின் பின்புறமிருந்து வெளியே வந்தார்.பேகன் வியப்போடு அவரைப்பார்த்தான்.அவர் சிரிப்பை அடக்கமுடியாமல் சிரித்துக் கொண்டே வந்தார். பேகனுக்கு அதன் காரணம் விளங்கவில்லை.

"என்ன பரணரே! நீங்கள் இங்கே எப்பொழுது வந்தீர்கள்? எதற்காக இப்படி அடக்கமுடியாமல் சிரிக்கிறீர்கள்? எனக்கு ஒன்றும் புரியவில்லை?" "எப்படி அப்பா புரியும்? அன்பு நிறைந்த மனத்துக்கு அறிவு விரைவில் புலனாவது இல்லை. ஆனால், பேகா, நீ வாழ்க! உன் அறியாமையும் வாழ்க! அறியாமை ஒருவகையில் தடையற்ற அன்பிற்குக் காரணமாக இருக்கிறது, போலும். நான் வந்து வெகுநேரம் ஆயிற்று. நீ செய்ததை எல்லாம் பாத்துக் கொண்டுதான் இருந்தேன்."

"அறியாமை என்று நீங்கள் எதைக் கூறுகிறீர்கள் பரணரே! ஒரு அழகிய மயில் குளிரால் நடுங்கிக் கொண்டிருப்பதைப் பார்த்து இரங்கி,அதற்குப்போர்வையை அளிப்பதா அறியாமை"

"பேகா! அந்த மயிலின் மேல் உனக்கு ஏற்பட்ட அன்பை நான் பாராட்டுகிறேன். ஆனால், நீ நினைத்ததுபோல அது குளிரால் நடுங்கவில்லை. மலைச் சிகரங்களில் தவழும் முகில் கூட்டங்களைக் கண்டு களிப்போடு தோகை விரித்தாடிக் கொண்டிருந்தது. மேகத்தைக் கண்டால் ஆடுவது மயிலின்

இயற்கை"

"அன்பின் மிகுதி அறிவை மறைத்துவிட்டது புலவரே!" பேகன் தலை குனிந்தான்.

"பரவாயில்லை பேகா வானிலிருந்து பெய்கின்ற மழை இது இன்ன இயல்புடைய நிலம்' என்று தான் பெய்யக்கூடிய நிலங்களின் இயல்பை எல்லாம் அறிந்து கொண்டா பெய்கிறது? மழையைப் போலப் பரந்தது உன் அன்பு. அன்புக்கு அறியாமையும் வேண்டும். மற்றவற்றுக்குத்தான் அறியாமை கூடாது"

"அதோ, பார் அந்த மயிலை" பேகன் திரும்பிப் பார்த்தான். மயில் அவன் போர்த்திய போர்வையைக் கீழே உதறித் தள்ளிவிட்டுப் பாறையின் மற்றோர் மூலைக்குச் சென்று மறுபடியும் தோகை விரித்தாடிக் கொண்டிருந்தது! அன்பு மிகுதியால் தான் செய்த தவறு அப்போதுதான் அவனுக்குப் புரிந்தது!

அறுகுளத் துகுத்தும் அகல்வயல் பொழிந்தும்
உறும்இடத் துதவாது உவர்நிலம் ஊட்டியும்
வரையா மரபின் மாரி போலக்
கடாஅ யானைக் கழற்காற் பேகன்
கொடைமடம் படுத லல்லது
படைமடம் படான். (புறநானூறு -142)

அறுகுளம் = நீர் வற்றிய குளம், உவர்நிலர் = களர் நிலம், ஊட்டி = பெய்து, மாரி = மழை, மடம் = அறியாமை.

42. தமிழ் காப்பாற்றியது!

நல்ல வெயிலில் பசிக் களைப்போடு பல காத தூரம் நடந்து வந்திருந்தார் மோசிகீரனார். சேரமான் பெருஞ்சேரம் இரும் பொறையின் அரண்மனைக்குள் அவர் நுழைந்தபோது அலுப்பும், சோர்வுமாக அவரைக் கிறக்கமடையச் செய்திருந்தன. உறக்கம் கண் இமைகளை அழுத்தியது. எங்கேயாவது ஒரிடத்தில் கொஞ்சநேரம் படுத்து உறங்கினாலொழியக் களைப்பு தீராது என்று தோன்றியது.

அரண்மனையின் முன்புறப்பகுதியில் நின்றுகொண்டு சுற்றும் முற்றும் பார்த்தார். அங்கிருந்த ஒரு மண்டபத்தின் நடுவில் மேடை மேல் அழகான கட்டில் ஒன்று காலியாகக் கிடந்தது. கட்டில் வைக்கப்பட்டிருந்த விதத்தையும் அதைச் சுற்றிப் பூக்கள் சிதறிக் கிடந்ததையும் கண்டு அது ஏதோ வழிபாட்டுக்குரிய ஒரு பொருளை வைக்கின்ற இடம் என்று எளிதில் அனுமானித்து விடலாம். ஆனால் புலவருக்கு அப்போதிருந்த களைப்பில் அவற்றையெல்லாம் எண்ணத் தோன்றவில்லை.

விறுவிறு என்று அந்த மண்டபத்திற்குள் சென்றார். கட்டிலில் ஏறிப் படுத்துவிட்டார். கையை மடக்கித் தலைக்கு அணைவாக வைத்துக்கொண்டு படுத்தவர் விரைவில் நல்ல தூக்கத்தில் ஆழ்ந்துவிட்டார். கட்டிலின்மேல் எண்ணெய் நுரையைப் போன்ற மெல்லிய பூம்பட்டு விரிக்கப்பட்டிருந்தது. பட்டு விரிப்பின்மேல் படுத்த சுகம், உடம்பு தன்னை மறந்த உறக்கத்தில் உணர்வொடுங்கியிருந்தது. புலவர் வெகுநேரம் உறங்கினார். நன்றாக உறங்கினார். உறக்கத்தின்போது அங்கே மண்டபத்திற்குள் யார் வந்தார்கள்? என்ன செய்தார்கள்? என்பதே அவருக்குத் தெரியாது.

மறுபடியும் அவர் கண்விழித்தபோது திகைப்படையத்தக்க காட்சியைக் கட்டிலின் அருகே கண்டார். மன்னர் மன்னாகிய பெருஞ்சேரல் இரும்பொறை மயில்தோகையாற் செய்யப்பட்ட விசிறியால் தமக்கு வீசிக்கொண்டிருப்பதைக் கண்டார் அவர்.

தூக்கிவாரிப் போட்டது அவருக்கு பதை பதைத்துப் போய்
எழுந்திருந்து கட்டிலிலிருந்து கீழே குதித்து இறங்கினார்.

"ஏன் எழுந்திருந்துவிட்டீர்கள் புலவரே? இன்னும் உறங்க
வேண்டுமானால் உறங்குங்கள். இன்னும் சிறிதுநேரம் உங்கள்
பொன்னான உடம்புக்கு விசிறியால் வீசுகின்ற பாக்கியத்தை யாவது
நான் பெறுவேனே?' சிரித்துக் கொண்டே தன்னடக்க மாகக்
கூறினான் அரசன்.

"என்ன காரியம் செய்தீர்கள் அரசே! நான்தான் ஏதோ துரக்க
மயத்தில் என்னை மறந்து உறங்கிவிட்டேன்.தாங்கள் அதற்காக.."

"பரவாயில்லை மோசிகீரனாரே! தமிழ்ப் புலவர் ஒருவருக்குப்
பணிவிடை செய்யக்கொடுத்து வைக்க வேண்டுமே!"

அரசனைச் சுற்றி நின்றவர்கள் கையில் பெரிய முரசம்
ஒன்றைத் தாங்கிக் கொண்டு நிற்பதைப் புலவர் அப்போதுதான்
கவனித்தார். உடனே திடுக்கிட்டார். அவர் உடல் வெடவெட வென்று
நடுங்கியது.கண்கள் பயத்தால் மிரண்டனவாயில் பேச்சு எழாமல்
பயத்தினால் நாகுழறியது.

அவருடைய இந்தத் தடுமாற்றத்துக்குக் காரணம் என்ன?
தாம் படுத்திருந்த கட்டில் அரசனுடைய முரசு கட்டில் என்பதை
அவர் தெரிந்துகொண்டு விட்டார். முர்சு கட்டிலில் முரசு தவிர வேறு
மனிதர்கள் யாராவது ஏறினால் அவர்களை அந்தக்கணமே வாளால்
வெட்டிக் கொன்றுவிடுவது வழக்கம். அவர் அரண் மனைக்குள்
நுழைந்த நேரத்தில் அந்தக் கட்டில் காலியா யிருந்ததன் காரணம்,
காவலர்கள் முரசத்தை நீராட்டுவதற்கு எடுத்துக் கொண்டு
போயிருந்ததுதான்.

"அரசே! இதுவரை முரசு கட்டிவிலா நான் படுத்துக்
கொண்டிருந்தேன்?"

"ஆமாம் புலவரே! நீங்கள் வேண்டுமென்றா செய்தீர்கள்?
உறக்க களைப்பு. பாவம் தெரியாமல் ஏறிப்படுத்துக் கொண்டு
விட்டீர்கள்."

"முறைப்படி என்னை இந்தக் குற்றத்திற்காக நீங்கள் வாளால்

வெட்டிக் கொன்றிருக்க வேண்டுமே! என்னை எப்படி உங்களால் மன்னிக்க முடிந்தது?"

"வேறொருவர் இதே காரியத்தைச் செய்திருந்தால் முறைப் படி அவ்வாறு செய்திருக்கத் தயங்க மாட்டேன் புலவரே நான் இந்தப் பக்கமாக வரும்போது கட்டிலில் ஆள் படுத்திருப்பதைக் கண்டு ஆத்திரத்தோடு வாளை உருவிக் கொண்டுதான் வந்தேன். நல்லவேளையாக நீங்கள் அப்போது புரண்டுபடுத்தீர்கள். உங்கள் முகத்தைக் கண்டு கொண்டேன். கோபம் அடங்கியது. தமிழுக்கு மரியாதை செய்வது என் கடமை, உருவிய வாளை உறைக்குள் போட்டேன். எழுந்த ஆத்திரத்தை அன்பிற்குள் அடக்கினதைப் போல. அப்போதிருந்தே விசிறியை எடுத்து வீசிக்கொண்டுதான் இருக்கிறேன். நடுவில் நீராட்டச் சென்றிருந்த இவர்கள் முரசத்தை வைப்பதற்காகக் கொண்டு வந்தார்கள், உங்கள் அமைதியான உறக்கம் கலைந்துவிடக்கூடாதே' என்பதற்காக இவர்களை இப்படியே தடுத்து நிறுத்தி வைத்தேன். இப்போதுதான் உங்கள் தூக்கம் கலைந்தது. நீங்கள் எழுந்திருந்தீர்கள் இரும்பொறை தூங்கும்போது நடந்த நிகழ்ச்சிகளைப் புலவருக்கு விவரமாக எடுத்துக் கூறினான்.

புலவர் மோசிகீரனார் நன்றிப் பெருக்கினால் கண்களில் நீர் சுரக்க அவனை அப்படியே இறுகத் தழுவிக்கொண்டார்.

"தமிழுக்காக இவ்வளவு பெரிய மன்னிப்பா? மன்னிக்க முடியாத பிழையை நீங்கள் மன்னித்துவிட்டீர்கள் அரசே!"

"இல்லை புலவரே! நீங்கள் என்னை அதிகமாகப் புகழ்கிறீர்கள்.அளவுக்குமீறி நன்றி செலுத்துகிறீர்கள்.தமிழுக்காக எதை வேண்டுமானாலும் செய்யலாம். நான் செய்ததோ மிகச்சிறிய காரியம்"

"சேரர் பெருந்தகையே! உருவிய வாளை உறைக்குள் போட்டுவிட்டதோடு நிற்காமல், உங்கள் கையில் விசிறியை எடுத்து மத்தளம் போலப் பருத்த தோள் வலிக்கும்படியாக எனக்கு விசிறியிருக்கிறீர்கள். நீ தமிழை முழுமையாக உணர்ந்து கொண்ட

192

தற்கு இதைவிட வேறு என்ன சான்று வேண்டும்? இந்த உலகில் நலம் புரிந்தவர்களுக்கே மறுமை நல்லதாக இருக்கும் என்று அறிந்த அறிவின் பயன்தான் இச்செயலோ?"

"இல்லை! இல்லை! இம்மையில் புகழையோ, மறுமையில் புண்ணியத்தையோ விரும்பி இதை நான் செய்யவில்லை, புலவர்பெருமானே! உங்கள் தமிழ்ப் புலமைக்கு நான் செலுத்திய வணக்கம் இது.வேறொன்றுமில்லை"

"உனது வணக்கத்திற்கு நான் மட்டும் இல்லை. என் உயிரும் நன்றி செலுத்தக் கடமைப்பட்டிருக்கிறது. தமிழின் பெயரால் பிழைத்த உயிர் அல்லவா இது?"

இரும்பொறை சிரித்தான். வீரர்கள் முரசத்தைக் கட்டிலின்மேல் வைத்து அதற்கு வழக்கமாகச் செய்ய வேண்டிய வழிபாடுகளைச் செய்தனர்.

அரசன் புலவரை அழைத்துக் கொண்டு அரண்மனைக்குள் சென்றான். மோசிகீரனார் தூக்கக் கிறக்கம் தணிந்து அவனோடு சென்றார். அவர் உள்ளம் தமிழை வாழ்த்திக் கொண்டிருந்தது.

தமிழ்ப்புலமைக்குத் தமிழ் அரசு செய்த மரியாதைக்கு இந்தச் சம்பவம் ஒரு சரியான அளவுகோலாக விளங்குகின்றது. மாசற விசித்த வார்புறு வள்பின்

மைபடு மருங்குல் பொலிய மஞ்ஞை
ஒலிநெடும் பீலி ஒண்பொறி மணித்தார்
பொலங்குழை உழிஞையொடு பொலியச் சூட்டிக்
குருதி வேட்கை உருகெழு முரசம்
மண்ணி வாரா அளவை எண்ணெய்
நுரைமுகந் தன்ன மென்பூஞ் சேக்கை
அறியா தேறிய என்னைத் தெறுவர
இருபாற் படுக்கும்நின் வாள்வாய் ஒழித்ததை
அதூஉம் சாலும்நல் தமிழ் முழுது அறிதல்
அதனோடும் அமையாது அணுக வந்துநின்
மதனுடை முழவுத்தோள் ஒச்சித் தண்ணென

வீசி யோயேவியலிடம் கமழ
இவணிசை உடையோர்க் கல்லது அவணது
உயர்நிலை உலகத்து உறையுள் இன்மை
விளங்கக் கேட்ட மாறுகொல்
வலம்படு குரிசில் நீ ஈங்கிது செயலே! (புறநானூறு - 50)

விசித்த = கட்டிய, வார்புறு = வாரையுடைய, மஞ்ஞை =
மயில், பீலி= மயில் தோகை, மண்ணி = நீராட்டி, சேக்கை = விரிப்பு,
தெறுவர = பிளந்து போக, சாலும் = அமையும், மதன் = வலிமை,
முழவு = மத்தளம், குருசில்=அரசனே, இசை = புகழ், வலம்= வெற்றி,
பொலம் = பொன், உறையுள் = வசிப்பது.

43. ஓர் அறிவுரை

"அறிவுடை நம்பீ! இந்தச் செயல் உனக்கே நன்றாக இருக்கின்றதா?"

"நீங்கள் எந்தச் செயலைக் குறிப்பிடுகிறீர்கள் பிசிராந்தையாரே?" "அரசாட்சியில் உள்ளவர்களுக்கு மக்களை அடக்கி ஆளவும் அதிகாரம் செய்யவும் தெரிந்தால் மட்டும் போதாது மக்களின் கஷ்டநஷ்டங்களை உணர்ந்து கொள்ளவும் தெரிந்திருக்க வேண்டும்."

"திரும்ப திரும்பப் பூடகமாகப் பேசுகிறீர்களே ஒழிய, விஷயத்தைத் தெளிவாகச் சொல்லமாட்டேன் என்கிறீர்களே"

"தெளிவாகச் சொல்லவேண்டிய விஷயம்தான் நம்பீர்"

"நீங்கள் சொல்லி, நான் கேட்க மறுத்தது உண்டா புலவரே! சொல்லுங்கள்; தவறு என்புறம் இருக்குமாயின் உடனே திருத்திக் கொள்ள முயல்கிறேன்."

"ஒரு மா அளவுள்ள சிறிய நிலமானாலும் அல்லது அதற்கும் குறைந்த நிலமாகவே இருந்தாலும், அந்நிலத்தில் முற்றி விளைந்த பயிரை அறுவடை செய்து தானியத்தைச் சேகரிக்க வேண்டும். அவ்வாறு சேகரித்ததானியத்தைச்சோறாகச் சமைத்து ஒரு பெரிய யானைக்குப் பசித்தபோதெல்லாம் கவளம் கவளமாக வாரிக் கொடுத்தாலும் அது பலநாள் காணும்.."

"நீங்கள் விஷயத்தைச் சொல்கிறீர்களா? அல்லது சிறு குழந்தைகளுக்குப் பொழுது போவதற்காகச் சொல்வார்களே, அந்த மாதிரி ஏதாவது யானைக் கதை, குதிரைக் கதை சொல்கிறீர்களா?"

"முழுவதும் கேள் நம்பி! அதற்குள் பொறுமை இழந்து விடுகின்றாயே..?"

"நூறு செறு (நிலத்தின் ஓரளவு) அளவுடைய பெரிய நிலமாக இருந்தாலும் அதில் விளைந்த பயிரை அறுவடை செய்யாமலே இந்தப் பெரிய யானையை அவிழ்த்துவிட்டு விடலாம்! அப்பொழுது

என்ன ஆகும்? இந்த யானை வயலுக்குள் புகுந்து நெற்கதிர்களை உண்ணும். அப்படி உண்ணும்போது அது உண்ணக்கூடிய தானியத்தைக் காட்டிலும் அதன் பெரிய கால்களால் மிதிபட்டு உதிர்ந்து வீணாகிற தானியமே அதிகமாக இருக்கும்!" "சிறிய நிலமானாலும் பயிரைமுறையாக அறுவடைசெய்து கவளம் கவளமாக யானை வாயில் தள்ளினாலும் அது யானைக்குப் பலநாள் காணும். பெரிய நிலமானாலும் அறுவடை செய்யாமலே யானையை நிலத்திற்குள்ளேயே நுழைய விட்டு விட்டால் அது ஒருமுறை உண்பதற்குள் நிலம் முழுவதும் மிதிபட்டுப் பயிர் அழிந்து போகும்...!"

"உம்ம். சரி! அப்புறம் மேலே சொல்லுங்கள்..."

"கதை சொல்லவில்லை நான்! அரசன் யானையைப் போன்றவன். குடிமக்கள் விளைந்த பயிருடனே கூடிய விளை நிலங்களைப் போன்றவர்கள்...!"

"உங்கள் உவமை மிகவும் அழகாக இருக்கிறது."

"அழகாக மட்டுமிருக்காது! கொஞ்சம் ஆழமாகவும் இருக்கும். மேலே கேள்; அறிவுணர்வு மிக்க அரசன் மக்களிடம் முறைகேடற்ற விதத்தில் வரிப்பணத்தைப் பெற்றுக் கொண்டால் அவன் செல்வம் கோடி கோடியாகப் பெருகும். நாடும் வளர்ச்சியடையும். ஆக்கம் பெறும்.அறிவுணர்வு குறைந்த அரசன் நாள்தோறும் தரமறியாமல் வீண் ஆரவாரங்களைச் செய்கிற சுற்றத்தினரோடு கூடி மக்களின் அன்பு கெட்டுப்போகுமாறு அவர்களிடம் வற்புறுத்தி அதிக வரியும் தண்டமும் பறிக்க முயன்றால் யானை நுழைந்த நிலம்போலத் தானும் உண்ணமுடியாமல் பிறருக்கும் எஞ்சாமல் வீண் அழிவே ஏற்படும்."

இதைக் கேட்டு அறிவுடை நம்பி திகைத்தான்.

"என் நாட்டில் இந்த முறைகேடு எங்காவது நிகழக் கண்டீர்களா புலவரே?" அவன் குரலில் பரபரப்பும் ஆத்திரமும் மிகுந்திருந்தன.

"கண்டதனால்தான் இந்த யானைக் கதையையும் இதை ஒட்டிய அறிவுரையையும் கூற நேர்ந்தது."

"எங்கே கண்டீர்கள்?" "ஏன்? உன்னுடைய கவனக்குறைவைப் பயன்படுத்திக் கொண்டு உன்னைச் சேர்ந்தவர்கள் பல இடங்களில் மக்களுக்கு இந்தக் கொடுமையைத் தயங்காமல் செய்து வருகிறார்கள்".

"உடனே இந்த விஷயத்தைக் கவனிக்கிறேன் பிசிராந் தையாரே! சிறிதும் அஞ்சாமல் என்னை அணுகி இதைக் கூறியதற்கு என் நன்றி. உங்கள் துணிவு போற்றற்குரியது!"

"போற்றுதலை எதிர்பார்த்து உன்னிடம் இதைக் கூற வரவில்லை. உங்களைப் போன்றவர்கள் வழிதவறிவிட்டால், இது வழியல்ல, அதோ அதுதான் வழி என்று சுட்டிக் காட்டுவதற்காகத்தானே புலமையைத் தொழிலாகக் கொண்டு நாங்கள் வாழ்கிறோம்."

"போற்றுதலை எதிர்பாராத நிலை இந்த உலகாளும் தொழிலைவிட உயர்ந்தது புலவரே! ஏன் தெரியுமா? உலகாள் பவர்களை யார் ஆள முடியும்? புலவர்கள்தாம் மன்னர்களையும் ஆளுபவர்கள்.அவர்கள் வெறும் மனிதர்களில்லை. தெய்வங்கள்."

"நிறையப் புகழ்ந்து விடாதே நம்பீர்" இருவரும் தமக்குள் சிரித்துக்கொண்டனர். யானைக் கதையை நினைத்துச் சிரித்த சிரிப்புத்தானோ அது?

காய்நெல் அறுத்துக் கவளம் கொளினே

மாநிறைவு இல்லதும் பல்நாட்கு ஆகும்

நூறுசெறு ஆயினும் தமித்துப்புக்கு உணினே

வாய்புகு வதனினும் கால்பெரிது கெடுக்கும். (புறநானூறு - 184)

காய்நெல் = முதிர்ந்த நெல்கதிர், கவளம் = சோற்று உருண்டை, மா=சிறுநிலப்பரப்பு, செறு = பெரிய நிலப்பரப்பு, தமித்து = தனியே.

44. பரிசிலர்க்கு எளியன்!

சிற்றரசனான பாரி வள்ளலின் பறம்பு மலையை மூவேந்தர் களும் முற்றுகையிட்டிருந்தனர். பாரியின் மேல் அவர்களுக்கு இருந்த பொறாமையின் அளவை அந்த முற்றுகையின் கடுமையே காண்பித்தது. பாரியை வெல்ல வேண்டும், அல்லது கொல்ல வேண்டும். இரண்டிலொன்று முடிந்தாலொழிய எவ்வளவு காலமானாலும் தங்கள் முற்றுகையைச் சிறிதளவும் தளர்த்தக் கூடாது என்று உறுதிசெய்துகொண்டிருந்தனர் மூவேந்தர்பறம்பு மலைக்குக் கீழே சுற்றிவளைத்துக்கொண்டு முற்றுகையிட்டிருந்த அவர்கள் எப்படியும் என்றைக்காவது ஒருநாள் பாரி கீழே இறங்கி வந்து தங்களுக்குப் பணிந்துதான் ஆகவேண்டும் என்று கனவு கண்டு கொண்டிருந்தனர். பறம்பு மலையின் செங்குத்தான அரணமைப்பும் அதன்மேல் பாரியின் கோட்டையும் அவர்கள் மேலே ஏறிப்போய்ப் போர் செய்வதற்கு வசதியானதாக இல்லை. எனவேதான் மலையின் கீழ்ப் பகுதியிலேயே முற்றுகையை நீட்டித்தார்கள்.

ஆனால் பாரியோ, இவர்கள் முற்றுகையினாலோ, பயமுறுத் தலினாலோ சிறிதும் அயரவுமில்லை; அச்சமுறவுமில்லை. எப்போதும் போலப் பறம்பு மலையின் மேலே அவனும் அவனுடைய குடிமக்களும் வளமான நிலையில் மகிழ்ச்சி குன்றாமலே வாழ்ந்து வந்தார்கள். மூவேந்தரின் இலட்சியமே செய்யவில்லை.

கபிலர் பாரியின் உயிர் நண்பர். தமிழ்நாடு முழுவதும் நன்கு அறிந்த பெரும்புலவர். மூவேந்தர்களுக்கும்கூட அவரைப் பற்றி நன்றாகத் தெரியும். இந்த முற்றுகையின்போது அவர் பறம்பு மலையில் பாரியின் கூடவே இருந்தார். ஒரு நாள் பாரியின் சார்பாகக் கீழே முற்றுகையிட்டிருக்கும் மூவேந்தர்களைச் சந்தித் துச் செல்வதற்காகக் கபிலர் மலைமேலிருந்து கீழே இறங்கி வந்தார்.

அவர் பாரிக்கு வேண்டியவர் என்பதை எண்ணிப் பாராமுகமாக இருந்துவிடாமல் தமிழ்ப் புலவர் என்ற முறைக்கு மரியாதை கொடுத்து வரவேற்றனர் மூவரும். கபிலர் கீழே முற்றுகையிட்டிருந்த மூவேந்தர்களின் விருந்தினராக அவர்

களோடு தங்கினார்.

சிலநாட்கள் கழிந்தபின், ஒருநாள் அவரோடு பேசிக் கொண்டிருக்கும்போதே அவர் வாயிலிருந்து பாரியின் மலை அரண்களைப் பற்றிய இரகசியமான விவரங்களைக் கேட்டுத் தெரிந்துகொள்ள முயன்றனர் மூவேந்தர். ஆனால் கபிலர் அவர்களுக்குச் சரியானபடி அறிவுரை கூறிவிட்டார்.

"நாங்கள் இவ்வளவு நாட்களாக இங்கே முற்றுகை இட்டிருந்தும் உங்கள் பாரி சிறிதும் கவலையே இல்லாமல் மலைமேல் சுகமாக இருக்கிறானே? எங்கள் முற்றுகை அவனை எந்தவிதத்திலும் பாதிக்கவில்லையோ?"

கபிலர் பதில் கூறாமல் மூவேந்தர்களையும் பார்த்து மெல்ல சிரித்தார். அவர் தங்களைப் பார்த்ததும் சிரித்தவிதமும் எத்தகைய அர்த்தத்துக்கு உரியன என்பதை மூவேந்தர்களால் புரிந்து கொள்ள முடியவில்லை. "பாரியைப் பற்றியா கேட்கிறீர்கள்? மிகவும் நல்ல கேள்விதான்! நீங்கள் இத்தனை பலமாகவும் பயங்கரமாகவும் முற்றுகையிட்டிருந்தும்கூடப் பாரி இன்னும் மலைமேல் குறைவின்றி எப்படி வாழ்கிறான்? என்ற விவரம் உங்களுக்கும் தெரிய வேண்டியதுதான். ஆனால்..."

"ஆனால் என்ன? சொல்லுங்களேன் புலவரே?"

"அவற்றை எல்லாம் தெரிந்து கொள்வதனால் நீங்கள் செய்யப் போவதுதான் என்ன?"

"அது என்ன அப்படிக் கேட்டுவிட்டீர்கள் கபிலரே! நாங்கள் கையாலாகாதவர்கள் அல்லவே? காரியத்தோடுதான் இங்கே ஒன்று கூடியிருக்கின்றோம்" "நான் உங்களைத் தாழ்த்திக் கூற வரவில்லை. பாரியைப் பொறுத்தமட்டில் உங்களால் ஏதும் செய்ய முடியாதே' என்றெண்ணும்போது எனக்கு உங்கள்மேல் மிக்க அனுதாபம் ஏற்படுகிறது."

"ஏன் முடியாது, கபிலரே? நாங்கள் மூன்று பேர். பாரி ஒரு தனியன். நாங்கள் மூவரும் பேரரசர். பெரும்படைகளோடு வந்திருக்கின்றோம். பாரி சிற்றரசன், வெறுங் குறுநில மன்னன்.

அவன் படைகளின் தொகை எங்களுக்குத் தெரியும் எங்கள்
படைகளில் நூற்றில் ஒரு பங்குகூடத் தேறாது"

"நீங்கள் சொல்வனவெல்லாம் உண்மைதான் மூவேந்தர்களே!
ஆனால் ஒன்றுமட்டும் உறுதியாக வைத்துக் கொள்ளுங்கள். இந்தப்
படைகள் மட்டுமின்றி இன்னும் ஆயிரம் மடங்கு பெரும்படைகளை
வேண்டுமானாலும் நீங்கள் கொண்டு வரலாம். பாரியை மாத்திரம்
படை பலத்தால் அசைக்கக்கூட முடியாது உங்களால் இது நிச்சயம்.
மறந்து விடாதீர்கள்."

"அப்படியானால் பாரியிடம் படைபலத்தால் அசைக்க
முடியாத அளவு அப்படி என்னதான் இருக்கிறது?"

"பாரியின் பறம்பு மலையை எளியதாக நினைப்பதனால்தான்
நீங்கள் இப்படிக் கேட்கிறீர்கள். உங்கள் மூவருடைய முற்றுகை
யினாலும் பறம்புமலை சிறிதும் பாதிக்கப்படாது. உழவர் உழாமலே
இயற்கையிலேயே நான்கு உணவுப் பொருள்கள் மலைமேல்
விளைகின்றன. மூங்கிலரிசி ஒன்று; பலாப்பழம் இரண்டு
வள்ளிக்கிழங்கு மூன்று கொம்புத்தேன் நான்கு இந்த நான்கு
குறையாத உணவுப் பொருள்களோடு பளிங்கு போலத் தெளிந்த
இனிய நீர்ச்சுனைகளுக்கும் பறம்பு மலையில் பஞ்சமே இல்லை.
இதனால் மலைமேல் உணவுப் பஞ்சமோ, தண்ணீர்ப் பஞ்சமோ
ஏற்பட்டுப் பாரி அவற்றைத் தாங்க இயலாமல் வருந்தி நடுங்கிக்
கீழே ஓடி வந்து உங்கள் முற்றுகைக்கு அடிபணிவான் என்று
கனவிலும் நினையாதீர்கள். யானைப் படைகளையும்
தேர்ப்படைகளையும் மலைமலையாகக் குவித்தாலும் போர் முயற்சி
பயன் தராது. நீங்கள் மூவர் மட்டும் மலைமேல் ஏறி அவனோடு
வாட் போர் செய்யலாமென்றலோ வாட் போரில் பாரி உங்களை
இலேசில் விடமாட்டான்.ஆனால் நீங்கள் மூவரும் அவனை
வெல்லுவதற்குரிய ஒரே ஒரு வழி எனக்குத் தெரியும். நீங்கள்
தேவையென்று விரும்புவீர்களாயின் உங்களுக்கு அந்த வழியைக்
கூறுவேன்!" கபிலர் குறுநகை புரிந்தார்.

"சொல்லுங்கள். கபிலரே! நீங்கள் கூறும் அருமையான

யோசனையைத் தேவையில்லை என்றா சொல்லுவோம்? உடனே சொல்லுங்கள். தாமதம் எதற்கு' மூவேந்தர்களும் ஆத்திரமும் பரபரப்பும் நிறைந்த குரலில் துடிதுடிக்கும் வேகமான உள்ளத்தோடு கபிலரைத் துரிதப்படுத்தினர்.

"சொன்னால் என்னைத் தவறாகப் புரிந்து கொள்ள மாட்டீர்களே?"

"வாக்குறுதி வேண்டுமானால் தருகிறோம் புலவரே! நீங்கள் கூறுவதற்காக உங்களை ஏதும் சினந்து கொள்ளவோ, துன்புறுத்தவோ நாங்கள் என்ன அறியாப்பிள்ளைகளா?"

"அப்படியானால் சொல்லி விடுகிறேன் மூவேந்தர்களே! பாரியின் பறம்பு மலையைச் சேர்ந்ததாகவும் அவன் ஆட்சிக் குரியனவாகவும் முந்நூறு சிற்றூர்கள் உள்ளன. இந்த முந்நூறு ஊர்களையும் தன்னை நாடிவந்த பரிசிலர்களுக்கு ஒவ்வொன் றாகக் கொடுத்துத் தீர்த்துவிட்டான் பாரி. இப்போது அவனிடம் எஞ்சியிருக்கும் பொருள்கள் மூன்றே மூன்றுதாம். அந்தப் பொருள்கள் வேறெவையும் இல்லை, நானும் அவனும் பறம்பு மலையுமே. நீங்கள் என்னையும் பாரியையும் பறம்பு மலையையும் வெல்ல வேண்டுமானால் அதற்கு இம்மாதிரி ஆயுதங்கள் தாங்கிய போர்க்கோலமோ, படைகளோ தேவையில்லை!"

"மூவேந்தர்களே! நீங்கள் பாட்டுப்பாடும் பாணர்களாகவும் கூத்தாடும் விறலியர்களாகவும் வேடமிட்டுக்கொண்டு பாரிக்கு முன்னால் சென்று ஆடி பாட வேண்டும். ஆடி பாடி முடிந்ததும் 'உங்களுக்கு என்ன பரிசில்வேண்டும்' என்று கேட்பான் பாரி. 'உன் உயிரும் பறம்பு மலையும் எங்களுக்கு வேண்டும்' என்று நீங்கள் மூவரும் தலைவணங்கிக் குழைவான குரலில் கேளுங்கள். தயங்காமல் இரண்டையும் உடனே உங்களுக்குக் கொடுத்து விடுவான் அவன். நீங்கள் பாரியை வெல்ல இந்த ஒரே ஒருவழிதான் உண்டு. வாளோலோ, போராலோ, முற்றுகை யாலோ நீங்கள் நிச்சயமாக அவனை வெல்ல முடியாது" கபிலர் கூறி முடித்தார். மூவேந்தர் நெஞ்சத்தை அணுஅனுவாகச் சித்திரவதை செய்யும்

விஷமத்தனம் நிறைந்த புன்னகை ஒன்று அவர் இதழ்களில் அப்போது நெளிந்தது.

மூவேந்தர்கள் முகத்தில் ஈயாடவில்லை. கபிலர் அவர்களைச் சரியானபடி அவமானப்படுத்திவிட்டார். வெட்கித் தலைகுனியும் படியாக வாழைப்பழத்தில் ஊசி ஏற்றுவது போலப் பேசப்பெற்ற அவர் சொற்கள் அவர்களைக் கூசிக் குறுகிச் சிலைகளாய் வீற்றிருக்கும்படி செய்துவிட்டன.

"பாரி, வாளுக்குமுன் பணியமாட்டான். கலைக்குமுன் பணிவான்.போரில் பகைவர்களுக்குத் தோற்காததன் நாட்டையும் உயிரையும் அரண்மனையில் தனக்குமுன் ஆடிப்பாடும் கலைஞர் களுக்குத் தோற்கத் தயாராயிருப்பான். கலைக்கும் கவிதைக்கும் தலை வணங்கி யாவற்றையும் அளிக்கத் தயாராயிருப்பான். ஆனால் போரால் அவனை அசைக்க முடியாது" முன்னிலும் பலமாக வாய்விட்டுச் சிரித்தார் கபிலர். சிரித்துக்கொண்டே மூவேந்தர்களையும் நோக்கி, "வருகிறேன் மன்னர்களே! நான் மலைமேல் போக வேண்டும்" என்று கூறிவிட்டு, வெளியே நடந்தார் அவர்.

தைரியமாகக் கைவீசிச் சிரித்துக்கொண்டே நடந்து செல்லும் அந்தப் புலவரின் உருவத்தை இமைக்காமல் பார்த்துக் கொண்டேதிக்பிரமை பிடித்துப்போய் வீற்றிருந்தனர் மூவேந்தர்! அவருடைய சிரிப்பொலி அவர்கள் செவிகளை நெருப்பாகச் சுட்டது!

கடந்தடு தானை மூவிரும் கூடி
உடன்றனிர் ஆயினும் பறம்புகொளற்கு அரிதே
முந்நூறு ஊர்த்தே தண்பறம்பு நன்னாடு
முந்நூறு ஊரும் பரிசிலர் பெற்றனர்
யாமும் பாரியும் உளமே
குன்றும் உண்டுநீர் பாடினிர் செலினே! (புற நானூறு-110)

கடந்து அடுதானை = நேர் நின்று போரிட வல்ல படை, உடன்றனிர் ஆயினும் = போர் செய்தீர்கள் ஆனாலும், பறம்பு = பாரியின் மலை, ஊர்த்தே = ஊரையுடையது.

முற்றும்